மர நிறப் பட்டாம்பூச்சிகள்

கார்த்திகைப் பாண்டியன்

எதிர்
வெளியீடு

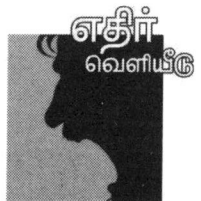

மர நிறப் பட்டாம்பூச்சிகள்
கார்த்திகைப் பாண்டியன்

முதல் பதிப்பு: ஆகஸ்ட் 2015
எதிர்வெளியீடு
96, நியூ ஸ்கீம் ரோடு, பொள்ளாச்சி - 642 002.
தொலைபேசி: 04259 - 226012, 99425 11302.
வடிவமைப்பு: ரவிந்திரன்

விலை: ₹ 140

Mara Nirap Pattamboochikal
Karthikai Pandian

© Karthikai Pandian
First Edition: August 2015
Published by Ethir Veliyedu,
96, New Scheme Road. Pollachi - 642 002.
Phone: 04259 - 226012, 99425 11302.
Email: ethirveliyedu@gmail.com
www.ethirveliyedu.in

Price: ₹ 140

ISBN: 97-93-84646-39-4

All rights reserved. No part of this book may be reprinted or reproduced or utilised in any form or by any electronic, mechanical or other means, now known or hereafter invented, including photocoping and recording, or in any information storage or retrieval system, without permission in writing from the Publisher.

எழுத்தறிவித்த என் அம்மா

மதனவல்லிக்கும்

என்னுள் உறைந்திருக்கும்

எஸ்.ராமகிருஷ்ணனுக்கும்

நன்றி

ந.ஜயபாஸ்கரன், போகன்சங்கர், பா.திருச்செந்தாழை,
நேசமித்ரன், ஸ்ரீதர் ரங்கராஜ், வி.பாலகுமார்,
எஸ்.செந்தில்குமார், மதிகண்ணன், லஷ்மி சரவணகுமார்,
சாருநிவேதிதா, மாதவராஜ், பவா.செல்லதுரை,
ச.பிரேம்குமார், எஸ்.பாலபாரதி பொன்.வாசுதேவன்,
சுதீர்செந்தில், சிபிச்செல்வன், கணேசகுமாரன்,
மனோன்மணி, தில்லைமுரளி, மனோன்மணி, வெய்யில்
அசதா, சாம்ராஜ், யவனிகாஸ்ரீராம், சுரேஷ்குமார்,
இந்திரஜித், சுகுமாரன், கோணங்கி
மற்றும்
சென்னை மாநகரத்திற்கு

இதழ்கள்

கதவு, உயிர்எழுத்து, வலசை, புது எழுத்து,
அடவி, கொம்பு, பண்புடன்.காம், எனில்?,
சாருஆன்லைன்.காம்

உள்ளடக்கம்

தனிமையின் நிழல்	09
நிழலாட்டம்	15
Viva La Muerte (அல்லது) இணைய மும்மூர்த்திகளும் இலக்கிய பஜனை மடங்களும்	24
அந்தர மீன்	36
பெருத்த மார்புகளையுடைய ஆணின் கதை	46
மர நிறப் பட்டாம்பூச்சிகள்	61
கன்னியாகுமரி	76
சிலுவையின் ஏழு வார்த்தைகள்	90
கலைடாஸ்கோப் மனிதர்கள்	104
தனி	110
பரமபதம்	121
யாரோடும் இல்லை	139

தனிமையின் நிழல்

"நவீன மனிதன் என்பவன் தன்னைக் கண்டுபிடிக்க முயல்பவன், நவீனத்துவம் அவனை அவனது இருத்தலில் இருந்து விடுதலை செய்யவில்லை."

- மிஷெல் ஃபூக்கோ.

மிகப் பழக்கப்பட்ட ஒரு மொழியில் சொல்லப்பட்ட கதைகளி லிருந்து தன்னைத் துண்டித்துக் கொண்டு கதை சொன்னவர் கள் தமிழில் இதற்கு முன்னும் நிறையபேர் இருக்கவே செய்கிறார் கள். தொண்ணூறுகளில் பின் நவீனச்சிறுகதைகள் மாஜிக்கல் ரியலிஸத்தையும் தாண்டி வேறு வேறு கூறுகளுடன் இயங்க ஆரம்பித்தன. நேரற்ற எழுத்து, வகைமை தாண்டிய எழுத்து, பகடி செய்தல், தரப்படுத்தப்பட்ட விழுமியங்களைக் கேள்விக் குள்ளாக்குதல் போன்ற பலவிதமான முயற்சிகள் எழுத்தில் மேற்கொள்ளப்பட்டன. ஜெயமோகன் போன்றவர்கள் தங்கள் சிறுகதைகளில் வடிவப் பரிசோதனைகளை மேற்கொண்டார்கள். ஆனால் இவர்களின் பிரதிகளில் தங்கள் காலத்தின் விழுமியங்கள் கேள்விக்குள்ளாக்கப்படவில்லை. அந்தவகையில் அவை வெறும் மிகையுணர்ச்சிப் பிரதிகளாக மட்டுமே நின்று விட்டன. பகடி, நகைமுரண், அங்கதம் ஆகிய கூறுகளின் மூலம் வாசகனின் சமநிலையைக் குலைக்கும் நவீன கதைகள் புதிய திறப்புகளையும்

விவாதங்களையும் உருவாக்கியிருக்கின்றன. எழுத்து மலினப்பட்டுப் போயிருக்கும் ஒரு காலகட்டத்தில் தொடர்ந்து அதில் தீவிரமாக இயங்க இலக்கியத்தின் மீதான அசாத்தியமான நேசம் இருக்க வேண்டியிருக்கிறது. உலகின் எந்த மொழிக்கும் இணையாக தமிழிலும் மகத்தான சிறுகதைகள் எழுதப்பட்டிருக்கின்றன. ஆனால் எண்பதுகளிலும் தொண்ணூறுகளிலும் எழுத வந்தவர்களிடம் இருந்த அரசியல் உணர்வும் தீவிரமும் சமகாலத்தில் எழுதுகிறவர்கள் பெரும்பானவர்களிடம் இருப்பதில்லை.

சிற்றிதழ் வெளியில் தொடர்ந்து தீவிரமாக இயங்கிவரும் கார்த்திகைப் பாண்டியன் தமிழ் சிறுகதைகளைப் பொறுத்தவரை எஸ்.ராவையும் சாருவையும் தனது ஆதர்ஷங்களாகக் குறிப்பிடுகிறார். அதற்கேற்றாற் போல் அவரது கதைமொழியிலும் எஸ்.ராவின் தாக்கம் மிகுதியாய் இருப்பதைப் பார்க்க முடிகிறது. எல்லா எழுத்தாளனும் ஏதோவொரு வகையில் தன் ஆதர்ஷத்தைப் பின்பற்றியே எழுதுகிறான். கார்த்திகைப் பாண்டியனின் இந்தக் கதைகளின் வழியாய் நாம் அறிந்து கொள்ள முடிகிற சில மனிதர்கள் முற்றிலும் புதிதானவர்கள் இல்லை. நம்மோடு நம்மில் ஒருவராக இருப்பவர்கள் தான், ஆனால் இந்தக் கதைகளின் வழி நாம் அறிந்த கொள்ள முடிகிற ரகசியங்கள் அந்தக் கதாப்பாத்திரங்களோடு சேர்த்து நம்மோடு இருக்கும் அந்த சிலரையும் முதல் முறையாய் சந்தேகிக்கச் சொல்கிறது. நமக்கு பரிட்சயமான நிழலென்பது சமயங்களில் யாரோ ஒருவரின் கனவாகவுமிருக்க சாத்தியமிருக்கிறது.

ஒரு மனிதனின் நான்கு நிழல்களின் வழியாய் நான்கு சாயல்களை அல்லது மற்றவர்களின் பார்வையில் தெரியும் பிரதிகளை கதையாக்கியிருக்கும் நிழலாட்டம் மனிதனின் அதீத உணர்ச்சிக்கும் சமூகத்திலிருந்து தன்னைத் தானே அவன் வெளியேற்றிக் கொண்டிருப்பதற்குமான உள்ளார்ந்த தொடர்புகளை விவரிப்பதாகக் கொள்ளலாம். ஒவ்வொரு நிழலும் பிறிதொன்றைப் போலில்லாததுடன் வெவ்வேறான வன்மங்களையும் தனக்குள் பதுக்கி வைத்திருக்கிறது. வாசகனை சடாரென எதிர்நிலைக்கு இட்டுச்சென்று அதிர்ச்சி கொள்ளச் செய்யாமல் மெல்ல மெல்ல நிகழ்கிறது ஒரு விலக்கம். கதையின் இறுதியில் அவன் தன் செயல்கள் அனைத்தையும் வெகு இயல்பாய் கடந்து செல்கிறவனாய் இருக்கிறானென்பதை வாசகன் தனக்கு மட்டுமே தெரிந்ததான சில ரகசியங்களோடு பொருத்திப் பார்த்துக் கொள்ள முடிகிறது.

உலகம் முழுக்கவே தங்கள் மொழியின் இலக்கிய ஆளுமைகள்

குறித்து எழுதப்படும் படைப்புகள் எப்போதும் சுவாரஸ்ய மிக்கவையாய் இருக்கின்றன, தமிழ் இலக்கியம் அதற்கு விதிவிலக் கென்றாலும் இங்கு தொடர்ந்து அதுமாதிரியான முயற்சிகள் நடந்தபடியேதான் இருக்கின்றன. எல்லா அரசியல் குறித்தும் தீவிரத்துடன் இயங்குகிற இலக்கிய உலகின் அரசியல் குறித்து பேசாமல் தவிர்க்கவியலாது. சாருவின் சில கதைகளும் கோணங்கியின் நாற்பத்தி எட்டு கோடி வார்த்தைகளின் மரணம் கதையும் வெற்றிகரமான முயற்சிகள் என்று சொன்னாலும் பொலானோவின் நாவல்களை வாசிக்கையில் அது வேறு ஒரு எல்லையில் இருப்பது புரிகிறது. Viva La Muerte என்னும் கதை மொழி மற்றும் கட்டமைப்பு எல்லாவற்றிலும் பெரும்பாலான வாசகர்களுக்கு அறிமுகமான சாருவின் கதை சொல்லலை நினைவுபடுத்தினாலும் சம்பந்தப்பட்டவரையே பகடி செய்வதில் தான் முக்கியமாகிறது. ஆதர்ஷங்களைத் தொடர்ந்து நிராகரிப்பதின் வழியாகத்தான் நாம் நமக்கான புதிய கதைகளைக் கண்டடைய முடிகிறது.

அந்தரமீனில் வரும் அந்தப் பெண்ணின் பதட்டத்தை விடவும் அவளை எதிர்கொள்ளும் சாத்தியங்களிலிருந்து தப்பிக்கத் துடிக்கும் கௌதமின் பதட்டமே சலனங்களை உருவாக்குபவையாய் இருக் கின்றன. இறுக்கமான மொழியிலும் நீண்ட விவரணைகளின் வழி சொல்லப்படுவதாலும் ஒரு கவித்துவ அனுபவத்தைக் கொடுக்கிறது இக்கதை. யூகிக்க முடிந்த திருப்பங்களோடு நீண்டாலும் கதையின் இறுதி வரையிலும் ஆழ்ந்திருக்கும் மௌனம் அசாத்தியமான நிறைவைக் கொடுக்கிறது.

இந்தத் தொகுதியின் பெரும்பாலான கதைகளும் பெயர் குறிப்பிடப்படாத நகரில் நடப்பவையாய் இருப்பதோடு அகாரணமாய் தற்செயலானவர்கள் சந்தித்துக் கொண்டபடியே இருக்கிறார்கள். அவர்களுக்கிடையிலான உறவு ஏதோவொரு புள்ளியில் துவங்கி புதிரான சில முடிச்சுகளைத் தொடர்ந்து நழுவவிட்டபடியே இருக்கிறது. பெருத்த மார்புகளையுடைய ஆணின் கதை அதன் முரணான தலைப்பின் காரணமாய் அங்கதமான ஒரு உணர்வுக்கு நம்மை தயார்ப்படுத்தினாலும் கதை சொல்லப்பட்டதின் இறுக்கம் அந்த அங்கதத்திற்கு எதிரான தாகவும் மறைக்கப்பட்டதொரு வன்மம் எந்த நொடியிலும் எட்டிப் பார்க்கலாமென்கிற பதைப்புடனும் நீள்கிறது. தனது மார்புகளை அவமானத்தின் அடையாளமாக நினைக்கும் ஒரு ஆணையும் தன் மார்புகளை உயிர்ப்பின் வடிவமாக நினைக்கும் பெண்ணையும் ஒரு புள்ளியின் கொண்டு வந்து சேர்க்கும் இந்தக்

கதையின் இறுதியில் அவன் அவள் மார்புகளை அறுக்கும் போது உண்மையில் தன்னுடையதை அறுத்துக் கொள்ள முடியாததின் இயலாமையே ரௌத்ரமாய் வெளிப்படுகிறது. வெகு சிரத்தையாக சொல்லப்பட்டிருக்க வேண்டிய இந்தக் கதை சம்பந்தமேயில்லாமல் அவனது பால்யகாலத்தில் அவனை விட வயதில் மூத்தவர்களால் அந்த பெருத்த மார்புகள் காரணமாக புணரப்பட்டான் என்ற கதை ஒருவித ஆயாசத்தையே தருகிறது. வலிந்து ஒரு கதாப்பாத்திரத்தை அதீத உணர்ச்சிக்குள்ளாக்கும் தேவையை கதைகளில் வைப்பதன் மூலம் லட்சியவாத எழுத்தின் மிச்சத்திற்குள்ளேயே போய்ச்சேரும் அபாயம் நேர்கிறது.

ஒரு கதை எப்போதும் ஒரே கதாப்பாத்திரத்தை மையப் படுத்தி நிகழவேண்டும் என்னும் எந்த நிர்ப்பந்தங்களும் ஒரு கதை சொல்லிக்கு இல்லை. மரநிற பட்டாம் பூச்சிகள் வெவ்வேறான சம்பவங்களைச் சொல்கிறது. சிலரின் பெயர்கள் குறிப்பிடப் படுகின்றன, சில தவிர்க்கப்படுகின்றன. நூலகத்தில் வரும் இரண்டு ஆண்களுக்கு இடையிலான கதை மட்டும் மற்ற எல்லாப் பாத்திரங்களையும் விஞ்சி தனித்து நிற்கின்றன. ஏனெனில் இது மட்டுந்தான் இங்கு சொல்லாத கதை. கடலும் கடல் சார்ந்த நிலமும் ஒரு புனைவெழுத்தாளனுக்கு எப்பொழுதும் தனித்துவமான ஃபேண்டஸி தான். ஜெயமோகனின் கன்னியா குமரி அந்த ஊருக்கான எந்த தனித்துவமான உணர்வுகளையோ சிறப்புகளையோ கதையாக்காத தோல்வியுற்ற ஒரு பிரதி. இந்தத் தொகுப்பிலுள்ள கதையும் பகவதி அம்மனை பெண்மைக்கான பிரம்மாண்டமான ஒரு மாயவடிவாய்க் கொண்டுதான் துவங்குகிறது. வெவ்வேறு காலங்களில் ஒரே ஊரைக் குறித்து எழுதப்பட்டிருக்கும் சம்பவங்களில் காலமாற்றம் எல்லாவற்றிற்குப் பின்னாலும் மனித மனத்தின் வெறுமையை எந்த வகையிலும் நிறைவு செய்திருக்கவில்லை. உடலும் காமமும் மனிதனின் சுமையாகவே இங்கும் நீள்கிறது. நடுத்தர வயது ஆண் ஒருவன் தன் குடும்பத்திலிருந்து வெளியேறுவதும், தற்செயலாக எதிர்கொள்ளும் வினோத நபர் அவர்களுக்கிடையிலான உறவு என தற்கொலைக்கு முந்தைய கணத்தையும் காமத்தையும் பேசுகிறது.

இந்தக் கதைகளின் பெரும்பாலான கதாப்பாத்திரங்கள் ஒருவித அலைச்சலைக் கொண்டிருக்கின்றன. அவர்கள் தொடர்ந்து குடும்பத்துடனான தங்களது இருப்பை மறுக்கிறவர்களாய் இருக்கிறார்கள். ஹொட்ரோவ்ஸ்கிக்கு சமர்ப்பிக்கப்பட்டிருக்கும் சிலுவையின் ஏழு வார்த்தைகள் கதையில் / யாரென்று அறிந்திராத மனிதனுக்காக நான் ஏன் சாக வேண்டும்? இத்தனை காலம்

என்னை இருட்டறைக்குள் பூட்டி வைத்த போது ஏனென்று கேட்காத ஏதோவொரு மயிருக்காக நான் சாக முடியாது./ என்ற வரிகள் இதற்கு முந்தைய லட்சியவாத எழுத்தாளர்கள் யாருடைய கோஷங்களையும் நினைவுபடுத்தாத புதிய கேள்வியாய் இருக்கிறது. சில பழைய கதைகளை மீளுருவாக்கம் செய்ய முயன்றிருப்பதுடன் புதிய கதைகளையும் தனக்குள் கொண்டிருக்கும் இந்தக்கதை தொகுப்பின் மிக முக்கியமான கதை.

கலைடாஸ்கோப் மனிதர்கள், தனி போன்ற கதைகள் இவரின் ஆரம்பகால கதைகளாய் இருக்க வேண்டும் என்பது போல் மொழியும் கதை சொல்லல் முறையும் வேறு சில எழுத்தாளர்களின் சாயல்களிலேயே இருக்கின்றன. மொழியின் இறுக்கம் தளர்ந்து வாசகனுக்கு இளைப்பாறுதலைத் தருகிறது. பரமபதம் கதையை வாசிக்கையில் காம்யூவின் அந்நியனும் ஒருசேர நம்மோடு பயணிக்கிறான். மரணம் என்கிற ஒற்றைத் துயரத்துக்கு வெளியே, சந்தோசம் அல்லது மகிழ்ச்சி, எல்லாமே விடுதலைதான்./ நவீன மனிதன் மற்ற எல்லாவற்றையும் விட தனது இருப்பு குறித்து அதிகமும் கவலை கொள்கிறவனாய் இருக்கிறான். இருப்பை வெறுமனே வாழ்வியலாக அல்லாமல் அரசியல் அடையாளங்களோடு பொறுத்திப் பார்க்க வேண்டியிருக்கிறது.

நீண்ட இடைவெளிக்குப்பின் நேர்த்தியான கதைகளை வாசிக்கிற பரவசத்தோடு ரகசியங்களைப் பதுக்கி வைத்து கதை சொல்லும் வித்தையும் சுவாரஸ்யப்படுத்துகிறது. நேர் நேர் தேமா வகையிலான புளித்துப்போன கதை சொல்லல் முறையிலிருந்தும் மொழியிலிருந்தும் விடுவித்துக் கொண்டு தனித்து நிற்கும் இந்தக் கதைகளுக்குள் வாசகனை அந்ததரங்க உரையாடலுக்கு அழைக்கும் வீர்யமிருக்கிறது. தனித்தனி கதைகளாக இவை மிகச் சிறந்த வாசிப்பனுவத்தைக் கொடுப்பதும் தொகுப்பாக வாசிக்கும் போது ஒரே மாதிரியான கதாப்பாத்திரங்களையும் சம்பவங்களையும் வேறுசில கதைகளிலும் பார்க்க முடிவதால் சின்னதொரு சலிப்பு ஏற்படுகிறது. அத்தோடு சில இடங்களில் 'கடற்கரை மணலில் தன் பெயர் எழுதிப் பார்த்தாள், அலை அடித்துக் கொண்டு சென்றது' என்பது மாதிரியான பழகிப் போன உவமைகள் வீர்யத்தைக் குறைக்கவும் செய்கின்றன. இவற்றையெல்லாம் ஒரு பெரிய குறைகளாக கருதாமல் கதைகள் இயங்கும் வெளிகளுக்காக இக்கதைகள் மிக முக்கியமான சில உரையாடல்களைத் துவக்கி வைக்குமென்று திடமாக நம்புகிறேன்.

லஷ்மி சரவணக்குமார்.

சென்னை.

நிழலாட்டம்

நடந்து கொண்டிருந்தவன் காலில் ஏதோ இடறக் குனிந்து பார்த்தான். தடுக்கிய கல்லை ஓரமாய்த் தூக்கிப் போட்டு நிமிர்ந்தவனின் கண்களில் தெரிந்த காட்சி பதறச் செய்வதாய் இருந்தது. அவன் அங்கேயே நின்றிருக்க அவனது நிழல் மட்டும் முன்னேறிப் போய்க் கொண்டிருந்தது.

நிழல் 1

வசதியான அந்த உணவு விடுதியின் ஓரத்து மேசையில் அவர்கள் அமர்ந்து இருந்தனர். அவன் பேசத் துவங்கினான்.

என்னுடைய மிகப்பெரிய பிரச்சினையே நான்தான். என்னுடைய இருப்பு அல்லது நான் யார் என்கிற கேள்வி வெகுகாலமாய் என்னைத் துரத்தி வருகிறது. என்னைச் சூழ்ந்திருக்கும் அனைவரும் என்னைக் கொண்டாட வேண்டுமென விருப்பம் கொள்கிறது மனம். ஆனால் யாரிடமும் நூறு சதம் உண்மையானவனாக இருக்க முடிவதில்லை என்னால். எந்தவிதமான பாசாங்கும் அற்று நான் நானாக இருக்கும் என்னை யாருக்கும் பிடிப்பதில்லை. மற்றவர்களுக்காக முகமூடி அணிந்து நடமாட வேண்டியிருப்பின் என்னை நானே வெறுக்கும் நிலைக்கு ஆளாகிறேன். எனக்கான

நான் அல்லது மற்றவர்களுக்கான நான். எது சரி? நான் எனும் என்னை எப்போதும் துரத்தியபடி இருக்கும் இரண்டு விஷயங்கள் காமமும் மரணமும். 0020 பெண்ணுடலென்றால் இன்றுவரை என்னவென்று அறிந்திடாதவனுக்குள் சதா சர்வ காலமும் காமம் பற்றிய சிந்தனைகள் கடல் நுரையெனப் பொங்கியபடி இருக்கின்றன. பார்க்கும் பெண்களை எல்லாம் புணர வேண்டும் என்கிற ஆசை சுட்டெரிக்கிறது உடலை. என்னை நானே துய்த்துக் கொள்ளும் சமயங்களில் விழிமுன் திடீரென வந்து போகும் முகங்கள் நெருங்கிய உறவுகளாய் மாறி பைத்தியமாக்கிச் செல்கின்றன. எனக்கு மட்டும்தான் இப்படித் தோன்றுகிறதா இல்லை உலகில் எல்லாருக்குமே இப்படித்தானா. காமம் ஒருபுறம் எனில் மறுபுறம் மரணம். அது இன்னும் அதிகமாக என்னைச் சித்திரவதை செய்கிறது. ஒருநாள் நாம் கண்டிப்பாக இறந்து விடுவோம் என் எண்ணங்களோ என்னைப் பற்றிய சிந்தனைகளோ நான் இருந்ததற்கான அடையாளங்களோ எதுவுமே இருக்காது என்பதை எளிதில் ஒத்துக் கொள்ள முடியவில்லை. மேலும் எப்போதும் எனைத் துரத்தியபடி இருக்கும் கனவினைப் பற்றியும் நான் உன்னிடம் சொல்லியாக வேண்டும். நீண்ட உறக்கத்திலிருந்து திடீரென விழித்துக் கொள்பவன் எங்கோ பயணிக்கும் ரயிலுக்குள் இருப்பதை உணர்கிறேன். எழுந்து பார்க்கையில் அந்தப் பெட்டியில் வேறு யாரும் இருப்பதில்லை. நான் ஒருவன் மட்டுமே. விளக்குகள் எல்லாம் அணைந்து வெளியிலிலும் இருண்டிருக்க அதுவொரு இரவு நேரம் என்றறிகிறேன். கதவினருகே வந்து எட்டிப் பார்க்க ரயிலில் அந்த ஒற்றைப்பெட்டி மட்டுமேயிருக்க விரைந்து போய்க் கொண்டிருக்கிறது. முகத்தில் விசையோடு அறையும் காற்று. சுற்றியிருக்கும் நிலமெங்கும் நடப்படிருக்கும் காற்றாலைகள் பெருத்த விசையோடு தன் கரங்களை சுழற்றிக் கொண்டிருக்கின்றன. நான் அவற்றைப் பார்த்திருக்க ஒரு காற்றாலையின் நடுவிலிருந்து அவள் தோன்றுகிறாள். அந்த இருட்டிலும் என்னால் அவளது அழகிய முகத்தை அத்தனைத் துல்லியமாகப் பார்க்க முடிகிறது. பிரகாசம் எனும் வார்த்தையின் அர்த்தத்தை நிரப்புபவளாக சிறகுகளைசத்து காற்றில் மிதப்பவளாய் என்னை நெருங்குகிறாள். அருகில் வருபவளைப் பார்க்கையில் என் இதயம் பேரச்சம் கொள்கிறது. அவள் நிர்வாணத்தை அணிந்தவளாயிருக்கிறாள். பரிசுத்த அழகின் நிர்வாணம். திகைத்து நிற்கும் என்னை உள்ளே அழைத்துச் சென்று என்மேல் வேட்கையுடன் படருகிறாள். அது போலொரு கலவியின்பத்தை உன்னால் எப்போதும் ஏன் கனவிலும் கூட நினைத்துப் பார்க்கவியலாது. இரண்டு ராட்சத

மிருகங்கள் பொருதுவதென ரயில் அதிர்கிறது. எல்லாம் முடிந்து நான் கண்கள் மூடிக் கிடக்க சின்னதொரு அரவம் என்னை அசைக்கிறது. கண்கள் திறந்து நான் பார்க்க அவள் என் நெற்றியின் மீதாகக் குனிகிறாள். உதடுகளை மீறி வெளிப்படும் அவளது நாவு காற்றாலையின் மூன்று கரங்களாய் உருமாறி மிகுந்த விசையுடன் என் தலைக்குள் இறங்குகிறது. சிறிது நேரத்தில் நெற்றி பிளந்து செத்துக் கிடக்கும் என்னை நானே அருகிலிருந்து பார்க்கிறேன். அமைதியானதொரு புன்னகையோடு அவள் என் கைகளைப் பற்றிக்கொள்ள இருவரும் ரயிலை நீங்கி காற்றாலைகளை நோக்கிப் பறக்கிறோம். இந்தக் கனவின் தீவிரத்தை நீ உணர் கிறாயா நண்பா? கனவிலும் காமமும் மரணமும் என்னைத் துரத்தியபடியே இருக்கின்றன. இவை இயல்பான மனிதன் ஒருவனின் நடத்தையா அல்லது உங்கள் எல்லாரிடமும் இருந்து நான் வேறு மாதிரியானாவன் எனக் காட்டிக் கொள்வதற்காக இப்படி எல்லாம் நடந்து கொள்கிறேனா. ஆக என்னுடைய மிகப் பெரிய பிரச்சினையாக இருப்பது நான்தான்.

இவன் சொல்வதை அமைதியாகக் கேட்டுக் கொண்டிருந்தவன் நிமிர்ந்து உட்கார்ந்தான்.

பிளைன் நானா பட்டர் நானா.. என்ன சாப்பிடுற..

என்ன சொல்வதெனத் தெரியாமல் இவன் திகைத்து நிற்க மற்றவன் தங்களுக்கு வேண்டியதை ஆர்டர் செய்தான். இருவரும் அமைதியாக சாப்பிடத் தொடங்கினார்கள்.

நிழல் 2

சாலையின் ஓரமாகத் தனக்கான பேருந்தை எதிர்பார்த்துக் காத்திருந்தான் அவன். காலை மணி ஏழைத் தாண்டியிருக்கவில்லை. எதிர்சாரியில் ஓரமாக இருந்த தேநீர்க்கடையில் மக்கள் கூடத் தொடங்கி இருந்தனர். வெகு நிதானமாக தங்களுடைய தினத்தை ஆரம்பிக்கும் அவர்களுக்கு மத்தியில் பரபரப்பும் பதட்டமுமாக ஓட வேண்டி இருக்கும் தன்னை நினைக்கையில் ஆத்திரம் கூடியது அவனுக்கு. நாற்பது மைல் தொலைவில் இருக்கும் அலுவலகம் எங்கோ அயல்தேசத்தில் இருப்பதாகவும் அந்தக் காலைப் பொழுதின் சூழலில் தான் மட்டும் அந்நியனாயும் உணர்ந்தான். கோபத்தை மாற்ற கடையில் ஒலித்துக் கொண்டிருந்த பாடலின் மீது தன் கவனத்தை திருப்பினான். மாலையில் யாரோ

மனதோடு பேசவென ஸ்வர்ணலதா அந்தக் காலைப் பொழுதை மாற்றிக் கொண்டிருந்தார் ஒரு இனிய மாலையென. சிறிது ஆசுவாசம் கொண்டவனின் கண்களில் அந்தக் காட்சி இடறியது. சாலையில் சின்னதொரு வெள்ளை நிற மூட்டையென உருண்டு வந்து கொண்டிருந்ததை இன்னதென்று விளங்கிக் கொள்ள முடியவில்லை அவனால். சற்று நெருங்கி வந்தபோதுதான் புரிந்து கொண்டான் அது பிறந்து சில நாட்களே ஆகியிருந்த ஒரு வெள்ளை நாய்க்குட்டியென.

மெதுவாக நடந்து வந்து சாலையின் முடிவை அடைந்திருந்த நாய்க்குட்டி விரைந்து செல்லும் நெடுஞ்சாலை வாகனங்கள் தாண்டி முன்னேற இயலாமல் தெருமுக்கிலேயே நின்று கொண்டது. அவன் ஆர்வம் கொண்டவனாக அதை கவனிக்கத் தொடங்கினான். அடுத்து என்ன செய்வதெனத் தெரியாமல் நின்ற நாய்க்குட்டி தலையை சிலுப்பியபடி இங்கும் அங்குமாய்ப் பார்த்து சாலையின் இடதுபுறம் நகரத் துவங்கியது. அது நடந்த திசையில் பைத்தியக்காரப் பெண் ஒருத்தி நின்றிருந்தாள். தலைமுடி பரட்டையாகத் தோளெங்கும் விரிந்து கிடக்க கிழிந்து நைந்து போன உடையொன்றை ஒன்றை அணிந்தவள் தனக்குத்தானே பேசிக் கொண்டிருந்தாள். திடீரென வெறிவந்தவள் போல உரத்த குரலில் யாரையோ வைவதும் இரண்டு நிமிட கடுமையான வசவுக்குப் பின்பு ஒடுங்கிப் போவதுமாக தொடர்ந்து கொண்டி ருந்தவளின் காலடியைச் சென்று சேர்ந்திருந்தது அந்தக் குட்டி நாய் இப்பொழுது. தன் கால்களினிடையே வந்து சேர்ந்த புதிய ஜீவனை வினோதமானதொரு பார்வையோடு பார்த்துக் கொண்டி ருந்தவளின் கண்கள் விரியத் தொடங்கின.

தன் கால்களை உயர்த்தி நாய்க்குட்டியின் தலையை தரை யோடு சேர்த்து நசுக்க முற்படுபவள் போல அவள் அழுத்த ஆரம்பித்தாள். மறுபுறம் இது அத்தனையையும் பார்த்துக் கொண்டிருந்தவன் பதறிப்போனான். அவளை நோக்கி கால்களை நகர்த்தும்படியாக பதட்டமாக சப்தங்கள் எழுப்பினான். ஆனால் சாலையின் மறுபுறம் நின்றவளை அவனுடைய எந்தக் கத்தலும் பாதிக்கவில்லை. தனது தலை தரையோடு அழுத்தப்படுவதை மெதுவாக உணர்ந்து பயந்துபோன நாய்க்குட்டி சட்டென தலையை விலக்கிக் கொண்டு அவளை விட்டு நகர்ந்து நின்றது. அவள் அதனை சின்னதொரு குழப்பத்தோடு பார்த்தபடியே இருந்தாள். சற்று நேரத்தில் அந்தக்குட்டி மீண்டும் அவள் கால்களின் கீழே சென்று அவற்றை நக்கத் துவங்கியது. குரூரமானதொரு

மர நிறப் பட்டாம்பூச்சிகள்

சிரிப்போடு அவள் நாயின் முகத்தை இப்போது தன் கால்களால் நிமிண்டினாள். தலையை அழுத்த முற்படுவதும் எத்துவதுமாக அவளிருக்க மீண்டும் மீண்டும் அவள் கால்களின் கீழேயே சென்று கொண்டிருந்தது நாய்க்குட்டி. நடக்கும் காட்சிகளைப் பார்த்தும் எதுவும் செய்ய மாட்டாமல் இருக்கும் இவன் தன்னை வெகு கொடூரமானவனாக உணர்ந்தான். பேருந்து வந்தால் வெகு சீக்கிரம் அங்கிருந்து கிளம்பி விடலாம் என்கிற எண்ணம் அவனுக்குள் தோன்ற ஆரம்பித்தது.

சிறிது சமயம் கழித்து அந்தப் பைத்தியம் அவ்விடத்தை விட்டு விலகி நடக்கத் தொடங்கியதும் இவன் நாய்க்குட்டி தப்பியதென சற்றே ஆசுவாசமாக உணர்ந்தான். ஆனால் அவன் சற்றும் எதிர்பார்த்திராத வகையில் அந்த நாய்க்குட்டியும் அவள் பின்னே போகத் தொடங்கியது. வெகு மெல்லிய குரைப்பொலி கேட்டு அது தன் பின்னே வருவதை உணர்ந்து கொண்ட அந்தப்பெண் சட்டென நின்றாள். சற்று நேரம் தன் கால்களின் கீழே நின்றிருந்த நாய்க்குட்டியை வெறித்துப் பார்த்தவள் திடீரென தன் பலமத்தனையும் சேர்த்து ஓங்கி அதனை உந்தித் தள்ளினாள். பலமாக எத்தியதில் வீசியெறியப்பட்ட நாய்க்குட்டி சாலையில் போய்க்கொண்டிருந்த பேருந்து ஒன்றின் சக்கரங்களுக்குக் கீழே போய் விழுந்தது. நடந்து கொண்டிருந்ததை அவன் இன்னதென்று உணருமுன் ஒரே நொடியில் எல்லாம் முடிந்து போனது. சாலையில் ரத்தமும் கூழுமாய்ச் சப்பளிந்து கிடந்த நாய்க்குட்டியை அவன் விக்கித்து பார்த்தபடி நின்றான். கண்கள் குளமாகி இருந்தவன் திரும்பிப் பார்த்தபோது அந்தப் பைத்தியமும் அலறி அரற்றிக் கொண்டிருந்தது ஓவென. திகைத்து நின்ற பொழுதில் அவன் போக வேண்டிய பேருந்து வந்து சேர அமைதியாக அதில் ஏறி அமர்ந்து கொண்டான்.

நிழல் 3

வேகமாக நகர்ந்து கொண்டிருந்தது அந்த மின்சார ரயில். வண்டியின் ஓட்டத்துக்குத் தகுந்தவாறு ஒத்திசைவோடு ஆடியபடி இருந்த கைப்பிடிகள் அவனுக்கு சர்க்கசில் கிளிகள் அமர்ந்திருக்கும் பிடிகளை ஞாபகப்படுத்தின. அத்தனை கூட்டமில்லாத பெட்டிக்குள் உட்கார இடமிருந்தும் கம்பி ஒன்றில் சாய்ந்து வசதியாக நின்று கொண்டான். பெருநகரங்களின் இரைச்சலும் அவதியும் அவனுக்கு மொத்தமாகப் பிடிக்காத ஒன்று. இருந்தும்

பணி நிமித்தமாக வரும்போதெல்லாம் அவன் பிரயாணம் செய்ய பேருந்தைக் காட்டிலும் மின்சார ரயிலையே பயன்படுத்துவான். புதுவிதமான மனிதர்களைப் பார்க்கும் வாய்ப்பையும் பதட்ட மில்லாத பயணாத்தையும் அது எப்போதுமே அவனுக்குக் கொடுக்கக் கூடியதாக இருந்ததுதான் காரணம்.

வண்டிக்குள் இருந்த பெரும்பாலான மக்கள் தங்கள் கைகளில் இருந்த அலைபேசியில் ஆழ்ந்து இருந்தார்கள். சரி தவறென்பதைத் தாண்டி இன்றைக்கு அதுவும் வாழ்வின் தவிர்க்க முடியாத அங்கமாகி விட்டது. அருகிலிருக்கும் மனிதர்களோடு பேசி உரை யாடுவதைக் காட்டிலும் இயந்திரத்தில் தொலைந்து போவதே மேல் என்கிற இடத்துக்கு மனிதர்கள் நகர்ந்து விட்டது அவனுக்கு சிரிப்பாய் இருந்தது. தன் பார்வையை வேறுபக்கம் திருப்பினான். ரயிலின் படியேறும் இடத்தில் அமர்ந்திருந்தான் ஒரு குருட்டுப் பிச்சைக்காரன். தானும் அவனைப் போல இருந்திருந்திருந்தால் எந்தப் பிரச்சினையும் இருக்காதெனத் தோன்றியது.

வண்டி ஏதோவொரு நிலையத்தில் நின்றது. எந்த இடமென எட்டிப் பார்த்துவிட்டு தலையை உள்ளிழுத்துக் கொண்டவனை அந்தக் குரல் கலைத்தது. அய்யா.. இது இன்னா ஸ்டேசனுங்க.. அந்தக் குருட்டுப் பிச்சைக்காரன்தான் கத்திக் கொண்டிருந்தான். யாரும் அவனைக் கண்டு கொண்டதாகத் தெரியவில்லை. சொல்லலாமா என்று வாய் திறந்தவன் என்னவோ நினைத்தபடி சட்டெனத் தானும் அமைதியாகிப் போனான். பிச்சைக்காரன் மீண்டும் குரலெழுப்பினான். அய்யா சாமி.. யாராவது சொல்லுங்க.. இது இன்னா ஸ்டேஷனுங்க..

அதற்குள் ரயில் நகர்ந்து விட்டிருந்தது. அந்தக் குருடன் தனக்குத் தானே புலம்ப ஆரம்பித்தான். தாயோழிங்க.. எவனாவது சொல்றானா.. நா இப்போ என்னா கேட்டேன்.. வாயத் தொரந்தா கொறைஞ்சா போயிருவானுவோ.. ப்பாடுங்களா.. சட்டென அருகில் இருந்தவர் அவனை அதட்டினார். டேய் நாயே.. நிறுத்துடா.. நீ எங்க இறங்கணும்.. அவன் குரல் இப்போது குழைந்தது. தான் இறங்க வேண்டிய இடத்தைச் சொன்னான். நீ எறங்க வேண்டிய ஸ்டேஷன் வரசொல்லோ சொல்றேன்.. அது தண்டியும் கம்னு கெடக்கணும்.. புரிஞ்சுதாடா தேவுடியா பயலே.. அவன் முகத்தில் யாதொரு உணர்ச்சியும் காட்டாமல் சரியென்று அமைதியாகி விட்டான். இவன் அவனைப் பார்த்தபடியே நின்றிருந்தான்.

நிழல் 4

இரவு நேரப் பேருந்து நிலையம் பரபரப்பாய் இருந்தது. எறும்புக்கூட்டம் போல மனிதர்கள் அங்கும் இங்கும் சுறுசுறுப்பாக ஓடிக் கொண்டிருந்தார்கள். எல்லோருக்கும் ஏதோ ஒரு வேலை. பயணம் செய்வதற்கான ஏதோ ஒரு காரணம். அம்மா ஒருத்தி சனியனே தின்னு தொலை என்பதாகத் தன் குழந்தைக்கு பாசமாக ஊட்டிக் கொண்டிருந்தாள். அதீத ஒப்பனையுடன் அலைந்து கொண்டிருந்த பெண்கள் தங்களுக்கான வாடிக்கையாளரைத் தேடிக் கொண்டிருந்தார்கள். எந்த ஊர் சார் சொல்லு சார் என்று குலையாத நம்பிக்கையோடு ஒவ்வொருவரின் பின்னாடியும் ஓடிக் கொண்டிருந்தார்கள் பஸ் புரோக்கர்கள்.

எதையும் லட்சியம் செய்யாதவனாக அவன் ஓரமாக நின்று கொண்டிருந்தான். தான் முன்பதிவு செய்திருந்த பேருந்து வந்து நின்றவுடன் ஏறிக் கொண்டான். தன்னுடைய இருக்கை எண்ணைத் தேடி ஜன்னல் ஓரமாக அமர்ந்தவனின் முகத்தை மென்காற்று வருடியது. மக்கள் கொஞ்சம் கொஞ்சமாக பேருந்தில் ஏறத் தொடங்கி இருந்தார்கள். பேருந்து கிளம்ப இன்னும் எத்தனை நேரம் ஆகுமோ என்ற மெல்லிய சலிப்போடு தலையைத் திருப்பியபோது அவளைப் பார்க்க நேர்ந்தது.

தேவதை என்றொரு ஒற்றை வார்த்தைக்குள் அவளை அடைக்க முடியாது. அதையும் மீறிய அழகு. அவள் கூடவே நடந்து வந்து கொண்டிருந்தது ஒரு குட்டி தேவதையும். பெரியதொரு பயணப்பையைத் தூக்க இயலாமல் இழுத்து வந்து அவனுக்கு முன் இருக்கையில் வைத்தவளை வைத்த கண் வாங்காமல் பார்த்துக் கொண்டிருந்தான். கொஞ்சம் எந்திரிக்கிறீங்களா அது என்னோட சீட் எனக் கேட்ட குரல் அவனை மீண்டும் நிகழ்காலத்துக்கு இழுத்து வந்தது. திரும்பிப் பார்த்தால் திடகாத்திரமாக ஒரு மனிதன் நின்றிருந்தான். யார் இந்த பூஜை வேளைக் கரடி. நீங்க உட்கார்ந்து இருக்குற ஜன்னல் சீட் என்னோட நம்பர் சார். சாரி என்றபடி நகர்ந்து அமர மற்றவன் உள்ளே சென்று இருக்கையில் சாவகாசமாக சாய்ந்து கொண்டான். முன்னிருக்கை தேவதை இன்னமும் அந்தப் பையைத் தூக்கி மேலே வைக்க முடியாமல் திணறிக் கொண்டிருந்தாள்.

மெல்லமாய் எழுந்து தான் வேண்டுமானால் உதவட்டுமா எனக் கேட்டவன் அவளிடமிருந்து பையை வாங்கி சிரமப்பட்டு

கார்த்திகைப் பாண்டியன் 21

உள்ளே திணித்தான். சின்னதொரு பார்வையினால் நன்றி சொன்னவளிடம் புன்னகைத்து விட்டு சந்தோஷமாக தன் இருக்கைக்கு திரும்பியவன் பக்கத்து இருக்கையில் மற்றவன் தன்னையே முறைத்துக் கொண்டிருந்ததை கவனித்து முகத்தை வேறு பக்கமாகத் திருப்பிக் கொண்டான். சிறிது நேரத்தில் பேருந்து கிளம்பிட எப்போது தூங்கிப் போனான் என்பதை அவன் அறிந்திருக்கவில்லை. சட்டென்று முழிப்பு வந்த போது ஒளிர்ந்து கொண்டிருந்த கடிகாரத்தின் பச்சை முட்கள் மணி இரண்டு என்றன. தூக்கத்தை தொலைத்தவனாக சுற்றும் முற்றும் பார்த்தபோது மற்றவர்கள் எல்லாம் எட்டாம் ஜாமத்தில் இருக்க அவனருகே இருந்த கரடியும் நன்றாக அசந்து தூங்கிக் கொண்டிருந்தது. என்ன செய்வதெனத் தெரியாதவன் கைகளை நீட்டி சோம்பல் முறித்துக் கொண்டான்.

உடம்பை முறுக்கியபோது அவனையும் அறியாமல் முன் இருக்கைக்குக் கீழே சென்ற கால்கள் மெத்தென எதன் மீதோ இடிக்க சடாரென்று தன் கால்களை உள் இழுத்துக் கொண்டான். தான் இடித்துக் கொண்டது அந்த தேவதையின் கால்களோவென எண்ணியவனுக்கு உடம்பு சிலிர்த்தது. தேகம் மெலிதாக சூடேறுவதை உணர்ந்தான். யாரும் தன்னை கவனிக்கவில்லை என்பதை உறுதி செய்ய சுற்றுமுற்றும் பார்த்தபடி மெதுவாக அறியாமல் கால்களை விடுகிறவன் போல முன்னே நீட்டினான். அவனால் மென்மையான உடலின் ஸ்பரிசத்தை உணர முடிந்தது. தான் தொடுவதை உணர்ந்து அவள் முழித்துக் கொண்டு விடுவாளோ என்று அவனுக்குப் பயமாக இருந்தும் கால்களை அகற்ற மனம் வரவில்லை. மெதுவாக தன் கால்களைக் கொண்டு உரசியபடியே இருந்தான்.

அவன் பயந்தாற்போல அவள் எந்தக் கூப்பாடும் போடவில்லை. அசந்து உறங்குகிறாளோ அல்லது அவளுக்கும் இது பிடித்து இருக்கிறதோ என்பதான கேள்விகள் அவனுக்குள் சுழன்று அடித்தன. இருந்தும் தைரியம் வரப்பெற்றவனாக அந்த உடலின் மீது தன் கால்களைப் படர விட்டான். போதை. மயக்கம். அவனுக்கு அந்தப் பெண்ணின் முகத்தைப் பார்க்க வேண்டும் போல இருந்தது. தெரியாமல் தவற விடுவதாய் தன் கடிகாரத்தைத் தவற விட்டவன் குனிந்து அதை எடுக்க முயல்பவன் போல முன்னிருக்கையைப் பார்த்தபோது உடலில் முள் தைத்தாற்போல சுரீர் என்றது. அந்தப் பெண் தன்னுடைய இரு கால்களையும் நன்றாக மடக்கி வைத்து இருக்கைகளுக்குள் அடங்கியவளாக

அசந்து தூங்கிக் கொண்டிருந்தாள்.

அப்படியானால் கீழே இருப்பது யார் எனக் குழம்பியவன் மெதுவாகக் குனிந்து பார்த்தான். இத்தனை நேரம் எந்த எதிர்ப்பும் வராததன் அர்த்தம் இப்போது அவனுக்குப் புரிந்து போனது. அவள் கூட வந்திருந்த பெண் குழந்தை அங்கே படுத்துக் கிடந்ததைப் பார்த்து அவனுக்கு குப்பென வியர்த்தது. அந்தப் பத்து வயது பெண்பிள்ளையிடம்தாம் உரசிக் கொண்டிருந்தோம் என்பது புரிய தன்னை வெகு கேவலமாக உணர்ந்தவன் முகம் இருண்டு கண்களை மூடியத் திரும்பிப் படுத்துக் கொண்டான். சிறிது நேரமே போனபின்பு கண்களை மெதுவாகத் திறந்து பார்த்தான். எதுவும் தெரியாமல் மற்றவர்கள் உறங்கிக் கொண்டிருக்க அவனுடைய உடம்பு இன்னும் தணலாக தகித்துக் கொண்டிருந்தது. ஆழிப்பேரலைகளென உணர்வுகள் அவனுக்குள் அலைபாய்ந்து கொண்டிருந்தன. ஒரு தீர்மானத்துக்கு வந்தவனாக மெதுவாகத் தன் கால்களை மீண்டும் முன் இருக்கைக்குக் கீழே நுழைத்தான்.

பொழுதுவிடிந்துஇவன் கண் விழித்தபோது பேருந்துநிலையத்தின் உள்ளே நின்றிருந்தது. முன்னிருக்கை தேவதைப்பெண் மேலே இருந்த தன்னுடைய பையோடு போராடிக் கொண்டிருந்தாள். அவளை அமைதியாய் நகர்த்திவிட்டு அவளுடைய பயணப்பை யையும் தன்னுடைய உடைமைகளையும் எடுத்துக் கொண்டவன் பேருந்தை விட்டு இறங்கினான். குழந்தையை கூட்டிக் கொண்டு அந்தப் பெண்ணும் இறங்கியவள் புஜ்ஜிமா அங்கிளுக்குத் தாங்க்ஸ் சொல்லு என்றாள். வெள்ளந்தியாக சிரித்தபடி நன்றி சொன்னது குழந்தை. ஒரு நிமிடத்தில் வருவதாக அவளிடம் பையைக் கொடுத்து விட்டு ஓடியவன் அருகில் இருந்த கடையில் இருந்து இரண்டு சாக்லேட்டுகளை வாங்கிக் கொண்டு வந்து குழந்தையிடம் நீட்டினான். தன் தாயின் முகத்தை ஏறிட்டுப் பார்த்த குழந்தையை அவள் பரவாயில்ல வாங்கிக்கோ என சொல்ல சந்தோஷமாக வாங்கிக் கொண்டு இவனைப் பார்த்து சிரித்தது. சாக்லெட்டுகளை அது ஆசை ஆசையாய் சாப்பிடுவதைப் பார்த்தவன் குனிந்து குழந்தையின் கன்னத்தில் முத்தமிட்டான். பிறகு அங்கிருந்து விலகி நடக்கித் தொடங்கினான்.

கார்த்திகைப் பாண்டியன் 23

Viva La Muerte

(அல்லது)

இணைய மும்மூர்த்திகளும் இலக்கிய பஜனை மடங்களும்

கடைசியாய் எழுதிய கடிதம் நினைவிலில்லை காற்றோடு கரைந்து போயின நேசம் சுமந்தலைந்த வார்த்தைகள் பிரியத்துக்குரிய நண்பா நலமாய் இருக்கிறீர்களா மன்னித்துக் கொள்ளுங்கள் சிறுநீரகங்கள் பாதிக்கப்பட்டு மஞ்சள் காமாலையால் உயிருக்குப் போராடும் மனிதனொருவனிடம் இப்படிக் கேட்பது அபத்தமாய் இருக்கலாம் என்ன செய்வது வாழ்வும் வாழ்வின் எல்லாமும் அபத்தமாகிப் போன சூழல் வதை வாதை சதை சிதை மரபு அன்பு இயல்பு இருப்பு தவிப்பு அவதானிப்பு கட்டமைப்பு மறுதலிப்பு துடிதுடிப்பு நேசம் பாசம் வேசம் அச்சம் அவலம் மௌனம் பரவசம் பதற்றம் சித்திரம் சாராம்சம் வியாபகம் ஞாபகம் தீவிரம் காலம் நாடகம் பதின்மம் அனுபவம் அந் தரங்கம் அடையாளம் கரிசனம் தரிசனம் பூடகம் வினோதம் தொன்மம் மந்திரம் மாயம் மகத்துவம் கவித்துவம் நிதர்சனம் உன்னதம் பூரணம் வடிவம் வசீகரம் உக்கிரம் அவலம் கொண்டாட்டம் விகாசம் சாகசம் கலாச்சாரம் சாட்சியம் வெளிச்சம் பயம் களியாட்டம் மரணம் போதம் இறுக்கம் உள்ளொடுக்கம் நெருக்கம் தஞ்சம் பஞ்சம் தேடல் தீண்டல் ஏவல் ததும்பல் தீராக்காதல் எளிமை உவமை கூர்மை ஆளுமை நுண்மை நிச்சயமின்மை கொடுங்கோன்மை மீட்சி நீட்சி வீழ்ச்சி கனவு நினைவு தொந்தரவு செரிவு தொய்வு நெகிழ்வு சிதைவு தூரிகை

வேட்கை ஒழுங்கு நேர்த்தி கருந்திரை ஓசை வாசனை கலையமைதி எதிர்வினை இயற்கை உறைபனி மர்மவெளி சமிக்ஞை காண்நிலை நனவிலி துர்நிகழ்வு கையறுநிலை சொல்முறை பொதுபுத்தி உணர்வெழுச்சி பெண்மொழி உடல்மொழி குறியீடு நிலக்காட்சி பண்பாட்டுக்கூறுகள் வாழ்வின் குறுக்குவெட்டுத் தோற்றம் அலைந்து திரிபவனின் அழகியல் தோற்றவனின் கதறல் புதிர் விளையாட்டு மறைக்கப்பட்ட வரலாறு விடுதலைக்கான வேட்கை புனைவு அபுனைவு படிமம் உருவகம் யதார்த்தம் மாய யதார்த்தம் மீயதார்த்தம் அழியாத காலத்தின் சுவடுகள் உயிரின் மை ஊற்றி எழுதப்படும் புத்தகப் பின்பக்கங்களின் புலம்பல்கள் எதுவும் உண்மையில்லை நேற் றொருவன் அழைத்திருந்தான் இப்போதும் இலக்கியம் பேசித் திரிந்து வாழ்வை அழித்துக்கொள்கிறாயா அல்லாமல் திருந்தியவனாய் சகலத்தையும் மூடிக்கொண்டு இருக்கிறாய்தானே மயிரு திருத்திக் கொள்ளும்படியான தவறென்ன நான் செய்தது மன்னியுங்கள் மயிரு என்பது மதுரையில் வெகு சகஜமாய்ப் பேசுவது கோவையில் இப்படிப் பேசினால் கொலைவெறிகொண்டு அடிக்கப் பாய்கிறார்கள் பிறப்புறுப்பில் இருக்கும் முடியைக் குறிக்கிறதாம் இனி கவனமாய் இருப்பேன். சமீபமாய்ப் பிரசுரமானது எனது முதல் சிறுகதை நாசமாய்ப் போன தாயோளி எத்தனை சொல்லியும் புரிவதில்லை என்ன சொல்வது யாருக்காக இது யாருக்காக எழுதுகிறாய் அதிகமாய் மக்கள் வாசிக்கப் புகழ் வருமா புத்தகம் போட்டு பணம் பண்ணுவாயா ஒரு இழவும் கிடையாது நீ எழுதுவதை அவன் வாசிக்கிறான் அவன் எழுதுவதை நீ வாசிக்கிறாய் அவன் உனக்குச் சொறிந்து விடுகிறான் நீ அவனுக்கு அருமையான Give and Take policy ஆகா ஓஹோ இதுவல்லவோ வாழ்க்கையின் அற்புதத்தத் துவம் பாபா எல்லாம் மாயை உன்மீதுள்ள அக்கறையால் சொல்கிறேன் ஒழுங்காய் நாலு காசு சேர்த்து பிழைக்கும் வழியைப் பார் நீங்கள் எப்போதும் புரிந்து கொள்ளப் போவதில்லை மனிதர் உணர்ந்து கொள்ள இது என்ன மாதிரியான நம்பிக்கை எதன் பொருட்டு இந்த ஓட்டம் சகல நம்பிக்கைகளும் தொலைந்து நம்பிய மனிதர்களும் வாழ்க்கையில் சமரசம் செய்து கொண்ட பின்பு யாருக்காக இந்த பிரயத்தனங்கள் இங்கு எதை எழுத எல்லாம் வெறும் செய்திகள் பிறந்த தேசத்தில் அகதிகளாய்ச் சபிக்கப்பட்டவர்கள் இறையாண்மை வெற்று வார்த்தை சொந்த மண்ணின் சகோதரர்களைச் சந்திக்க அரசின் அனுமதி தேவை மண் கடல் புதைந்து கிடக்கும் உயிர்கள் திறக்காத செவிகள் மன்றாடுபவர்கள் ஒதுங்கியிருந்து வேடிக்கை பார்ப்பவர்கள் நாம்

இது ஒரு சொரணை கெட்ட சமூகம் எதையும் தாங்கும் இதயம் கைகள் கட்டப்பட்டு விகாரமாய்ச் சிரிப்பவர்களால் முதுகில் சுடப்பட்டார்கள் யோனியில் முத்திரை குத்தி கூட்டம் கூட்டமாய் சீருடை அணிந்தவர்களால் புணரப்பட்டார்கள் மார்புகள் அறுத்தெறியப்பட்டன. குழந்தைகள் முதியவர்கள் உடல் கோரமானவர் அத்தனை பேர் மீதும் வாகனத்தை ஏற்று கண்ணீரால் சிரித்திடும் முன்னாள் போராளி மரணத்தில் எல்லாம் முடிந்தது உனக்கென இடம் கிடையாது வாழத் தகுதியற்றவர்கள் சண்டை என்று வந்தால் நான்கு பேர் சாவதென்பது இயல்புதானே பிழைக்க வழியில்லை நூறே ரூபாய் வருகிறாயா Fuck Me நீயொரு அனாதை நீயொரு வேசை நீயொரு சதைப்பிண்டம் நீயொரு காதல் சங்கீதம் வாய்மொழி சொன்னால் தெய்வீகம் தேசத்தைத் தொலைத்து நிற்பவர்கள் நாங்கள் செய்த பாவமென்ன வென்று அறிவோர் வீற்றிருக்கும் சபையில் கேள்வியொன்றைத் தொடுக்கிறாள் யட்சி ஐம்பதாயிரம் மக்களைக் கொன்றான் விக்கிரமனைச் சுமந்தலையும் வேதாளம் அலறியது. இப்படியொரு கொடூரம் கண் முன்னே நடக்கையில் என்ன செய்தீர்கள் எதிர்ப்பை வெறும் எழுத்திலாவது பதிவு செய்ய வேண்டாமா ஏன் செய்யவில்லை அப்படியெல்லாம் சொல்ல முடியாது இறந்தவர்களின் ஆன்மாக்கள் அலைந்தபடி இருக்கும் ஜாவாவின் பெண் தெய்வங்கள் எடுத்தாடும் சமேரிய வாளின் நுனி பற்றி பகைவர்களின் சொற்களின் வழியே இயங்கும் முல்தான் ரத்தம் படிந்த எலும்புகளால் தமக்கான பழி தேடிக் கொள்ளும் ஒரு லட்சம் மக்களைக் கொன்றான் மீண்டும் எழுந்தலறிய வேதாளம் தன்னிருக்கையில் மிரட்டி அமர்த்தப்பட்டது நம் இனத்தின் அடையாளம் இன்னும் சில காலங்களில் இல்லாமல் போகும் நாம் வேடிக்கை பார்த்தோம் நாம் வேடிக்கை பார்க்கிறோம் நாம்

வேடிக்கை பார்ப்போம் இங்கு எல்லாம் செய்திதான் நண்பா செய்திகளை உடனடியாகத் தெரிந்து கொள்ள எப்போதும் தொலைக்காட்சியின் முன்பாக அமர்ந்திருங்கள் தனக்கென எதுவும் நிகழாதவரைக்கும் எல்லாமே வெறும் செய்திகள்தான். இதில் நான் எதை எழுத இங்கே ஒரு விளம்பர இடைவேளை பார்க்கப் பார்க்கத் திகட்டாத நங்கை உள்பாவாடைகளைக் கேட்டு வாங்குங்கள் ஐயன்மீர் ஒரு சந்தேகம் உள்பாவாடையை நான் ஏன் திகட்டத் திகட்டப் பார்க்க வேண்டும் விளம்பரம் எனில் அனுபவிக்க வேண்டும் ஆராயக் கூடாது விளம்பரம் முடிந்தது ஆட்டம் இனிதான் ஆரம்பம் எல்லாம் அந்தப் பரமஹம்சனின் வேலை அவர் உன்னெழுத்து என்னெழுத்து எனப்பேசி என் வாழ்வின் துணையெழுத்தினை மாற்றாமல் இருந்திருக்கலாம். நானும் அதை வாசிக்காமல் இருந்திருக்கலாம் என் தலையெழுத்து இப்படிப் புலம்பும்படி ஆனது சற்றே பைத்தியமாய் இருந்தவனை முழுதாய் மாற்றியது அவர் புண்ணியம் உங்களவர் நிரம்பவும் ஒழுங்கென்ற எண்ணமோ ஏன் அவருக்கென்ன குறை எந்தப் பிரச்சினையிலும் சிக்காதவர் நல்ல மனிதர் நடுத்தெருவில் நின்றழைக்கும் வேசி என எழுதினாலும் புன்னைகையோடு கடந்து போனவர் இலக்கியம் எனும் பெருநகரம் நோக்கி என்னைப் போன்ற பலரின் கைப்பிடித்து அழைத்து வருபவர் அப்படியானால் ஆயிரம் இரண்டாயிரம் நாலாயிரம் ஆறாயிரம் எட்டாயிரம் பிம்பிலிக்கி பிலாப்பி வெட்கம் துக்கம் பக்கம் துயரம் விளக்கெண்ணெய் வெங்காயம் அபத்தம் என்றெல்லாம் எழுதியவர் யார் மாமதுரை போற்றுவோம் உண்மை என்னவென்பது அறியாமல் பேச வேண்டாம் அவர் எங்கிருந்து நகலெடுத்தார் என்பதை எல்லாம் இவர் சொல்கிறார். உடன் இது தனது நகரம் இதைத் தான் தவிர்த்து வேறு யாரும் எழுதக்கூடாது என்றும் நினைத்திருக்கலாம் இது ஒரு குற்றமா எதுவென்றாலும் விட்டுத் தர மாட்டாய் நீங்கள் Download செய்தால் அது தவறில்லை ஆனால் அதை மற்றவன் சொல்லி விட்டுச் செய்தாலும் மாபெரும் தவறு ஆதாரம் இல்லாமல் உளறக்கூடாது அய்யனே பிரயாணம் இறந்து கொண்டிருப்பவளின் கல்சாவி என்றார் போர்ஹே புர்ரா என்றலறுகிறாள் டொனால்ட் பார்த்தால்மேவின் குழந்தை கடைசியாய் வந்தத் தூக்கம் துருக்கியில் இருந்து வந்தது அறிவாய் மனிதா உன் ஆணவம் பெரிதா தெரிந்தது கையளவு தெரியாதது கடலளவு இத்தனை சொல்கிறாயே உலகத் திரைப்படங்கள் குறித்து எப்போதும் பேசுகிற மனிதனால் இன்றுவரைக்கும் மனதுக்கு நெருக்கமானதொரு

தமிழ்ப்படத்தை உருவாக்க முடியவில்லையே என்னதான் பிரச்சினை நீ ஒரு மோசமான மனிதன் பதில் சொல்ல முடியாத கேள்விகளாகக் கேட்கிறாய் உன்னோடு சேரக்கூடாது அப்பாலே போ சாத்தானே அந்தப் பேருந்து தனக்கான நிறுத்தத்தில் வந்து நின்றது குளிர்சாதன வசதி செய்யப்பட்டிருந்த அதன் கதவுகள் மெதுவாய்த் திறந்து கொள்ள மனிதர்கள் இறங்கி ஏறிக் கொண்டிருந்தன. யாரும் எதிர்பார்க்காதபோது அது சட்டென உள்ளே ஏறினாள் உடைகள் கிழிந்து தொங்க சட்டைப் பிளவுகளில் பிதுங்கும் முலைகள் வெகு நாட்களாய் குளிக்காத அதன் உடலிலிருந்து பேருந்து முழுமையும் வீசியது துர்நாற்றம் லேசாகப் பிளந்திருந்த வாயின் வழி வழிந்து கொண்டிருந்தது கோழை ஒரு கரம் ஆசிர்வதிப்பது போலத் தூக்கியபடியிருக்க மற்றொரு கரம் கால்களின் இடையே சொரிந்து கொண்டிருந்தது யாரும் அதனருகில் செல்ல விரும்பவில்லை ஆனால் அது கீழே இறங்காமல் பேருந்தைக் கிளப்பவும் முடியாது கண்டக்டர் தான் இருந்த இடத்திலிருந்தே சத்தம் போட்டான் ச்சூ நாயே பரதேசி தேவுடியா முண்டை கீழ எறங்குடி அவள் இளித்தபடி இருந்தது அருகில் இருந்தவன் அடிக்கக் கையை ஓங்கினான் அவள் அந்தக் கையைப் பற்றி கொண்டாள் வாயிலிருந்து குழறலாய் வந்தபடி இருந்தன வார்த்தைகள் கையை இழுத்துக்கொண்டவன் பயத்தில் அலறினான் சுற்றியிருந்த அனைவரும் இப்போது சத்தம் போட மிரண்டு போனது அவள் கண்களில் தெரிந்தது அருகில் நின்றிருந்த வனைத் தொட முயல அவன் மிகுந்த பயத்தோடு விலகி ஓடினான் அதன் கண்களில் துளிர்த்திருந்தது கண்ணீர் மெதுவாகத் திரும்பிப் பார்த்தது எல்லோரும் பார்வையை தாழ்த்திக் கொண்டோம் தீடீரென அவள் ஆங்காரம் கொண்டவளாய் ஓவெனக் கத்தினாள் தூவென தன் வாயிலிருந்த கோழையை காறி உமிழ்ந்தவள் பேருந்திலிருந்து இறங்கி நடக்கத் தொடங்கியது. அங்கே ஈக்கள் மொய்த்தபடி இருந்தன ஆம் விளிம்புநிலை மனிதர்களைப் பேசும் சார்ல்ஸ் புக்கோவெஸ்கியின் கதைகளில் கூட இதே மாதிரியான இடங்கள் உண்டு என அலறியபடி ஓடி வருகிறது மாயாண்டி காற்றில் நடனமாடும் விரல்கள் சூனியத்தில் இருந்து உதிக்கும் பெயர்களை உச்சரிக்கும் உதடுகள் வில்லியம் பர்ரோஸ் ஹோர்ஹே லூயிஸ் போர்ஹேஸ் மரியா பர்கோஸ் லோசா மார்க்கி தெ சாத் மூான் ஜெனே மூார் பத்தாய் லூயி ஃபெர்டினாட் செலின் ஜார்ஜ் பெரெக் கேத்தி ஆக்கர் சாமுவெல் பெக்கெட் ஏஞ்சலா கார்ட்டர் கஸன்ஸாகிஸ் தாந்தே நீட்சே ஃபூக்கோ சார்த்தர் பாப்லோ நெரூதா எமினெம் நான்சி அஜ்ரம் இது என்ன மாதிரியான கதை

நான் லீனியர் நான் லீனியர் நான் லீனியர் நான் லீனியர் நான் லீனியர் நான் லீனியர் நான் லீனியர் நான் லீனியர் நீ லீனியர் நீ லீனியர் நீ லீனியர் நீ லீனியர் நீ லீனியர் நீ லீனியர் நீ லீனியர் நீ லீனியர் அவன் லீனியர் அவன் லீனியர் அவன் லீனியர் அவன் லீனியர் அவன் லீனியர் அவன் லீனியர் அவன் லீனியர் அவள் லீனியர் அவள் லீனியர் அவள் லீனியர் அவள் லீனியர் அவள் லீனியர் யார் லீனியர் யார் லீனியர் யார் லீனியர் யார் லீனியர் யார் லீனியர் யார் லீனியர் யார் லீனியர் யார் லீனியர் வாசகா தமிழில் நான் லீனியர் கதைகளுக்கான முன்னோடி யாரென்பதை நீ அறிவாயா நான் லீனியர் கதை எனும்போது நானில்லாமல் எப்படி தமிழில் எழுதிக் கொண்டிருக்கும் ஒரே ஆங்கில எழுத் தாளன் உலகில் ஆட்டோஃபிக்ஷன் லாரிஃபிக்ஷன் கார்ஃபிக்ஷன் பஸ்ஃபிக்ஷன் எழுதுபவர்கள் இரண்டு பேரில் அடியேனும் ஒருவன் நோபல் பரிசு லட்சியம் மேன் புக்கர் நிச்சயம் பொய்யிலே பிறந்து பொய்யிலே வளர்ந்த புலவர் பெருமானே பொய்யின்றி அமையா உலகு பொய்யுண்டு வினையில்லை எழுத்தாளனைக் கொண்டா டாத தமிழ்ச்சமூகம் எப்படி விளங்கும். இந்த நாடும் நாட்டுமக்களும் நாசமாய்ப் போகட்டும் நான் இன்னும் எத்தனை நாடுகளைச் சுற்றிப் பார்க்க வேண்டியிருக்கிறது தென்னமெரிக்க நாடுகளுக்கு பயணம் போக வேண்டும் அர்ஜெண்டினாவுக்குப் போய் போர்ஹேஸ் வாழ்ந்த இடத்தைப் பார்க்க வேண்டும் நானெல்லாம் எங்கே எப்படி இருக்க வேண்டியவன் தெரியுமா அமெரிக்காவில் மைக்கேல் ஜாக்சனும் ஜப்பானில் ஜாக்கிசானும் அழைத்தார்கள் இருந்தும் என் நேரக்கிரகம் தமிழில் எழுதி உன்னோடு கிடந்து மாரடிக்க வேண்டியிருக்கிறது எல்லாம் இருக்கட்டும் கடந்த பதினைந்து ஆண்டுகளாக மாயாண்டியின் இலக்கியச் செயல்பாடு என்ன சிறுபத்திரிகைகளின் கலாச்சார இயக்கம் ஸ்தாபனத்தின் குரலென உரத்துச் சொன்ன கலகக்காரனின் மரணத்திற்குப் பின்பாக மீந்திருப்பது தனக்கான அங்கீகாரம் தேடியலையும் சாதாரணனின் அவலக்குரல் இறுதி வேர்களின் பிடியில் ஒட்டிக் கொண்டிருக்கும் அடிமரம் கனவுகள் இல்லாமல் போக நட்சத்திரங் களிலிருந்து செய்தி கொண்டு வருபவர்களும் பிணந்தின்னிகளும் உங்களை கைவிட்டதை நீங்கள் அறிவீர்களா வெற்றுக் காமத்தில் உழலும் தேகங்கள் நாடு கடத்தப்பட்டு விட்டன காலத்தால் கைவிடப்பட்டவன் மாயாண்டி ஆரம்ப நாட்களின் தலைநகர் வாசம் ஐரோப்பியச் சிற்றிதழ்களின் அறிமுகம் எளிதாய்ப் பார்க்கக் கிடைத்த உன்னதமான உலகத் திரைப்படங்கள் கணினி இல்லாத காலமொன்றில் பெயர் உதிர்த்துப் போதல் எளிதாய் இருந்திருக்

கலாம் சிதைவுகளும் அமைப்பியல் கோட்பாடுகளும் காலாவ
தியான பின்பு அடையாளங்கள் தொலைத்த மனிதன் இன்று
உலகின் சகலமும் ஒற்றைச் சொடுக்கில் கணினித் திரையில் மிளிர
தன்னிருப்பு பற்றிய சந்தேகங்களை தூக்கிச் சுமக்கும் உயிரற்ற
உடல் எதிரி என்றானாலும் எதையும் கடந்து போகும் கடவுளின்
குணம் உள்ளதாய்ச் சொல்லிக்கொண்டு தனக்கு எதிரானவன்
பற்றிய சின்னதொரு அவதூறையும் தேடிப்பிடித்து படித்ததில்
பிடித்தது என தொடுப்பதை விடுத்து அந்நேரத்தில் தன் மனதுக்கு
நேர்மையாய் எதையேனும் எழுத முற்படலாம். நீயெதெற்கு
இதெல்லாம் பேசுகிறாய் என் வாசகர் வட்டம் பற்றித் தெரியுமா
அவர்களிடம் சொன்னால் உன் கதை அவ்வளவுதான் வாசகர்
வட்டம் சதுரம் முக்கோணம் அறுகோணம் நாற்கோணம்
சாய்கோணம் அரக்கோணம் புஸ்வாணம் சாமியேய் சரணம்
அய்யப்பா அறிவு வாழ்க வள்ளல் வாழ்க இலக்கிய சூப்பர்
ஸ்டார் வாழ்க இதெல்லாம் தாண்டி வேறென்ன பிரயோசனம்
இணையத்தில் உங்கள் துதி பாடும் மக்கள் உண்மையாகவே
உங்களைப் படித்திருக்கிறார்களா உங்கள் அரசியல் தெரியுமா
நீங்கள் குறிப்பிடும் ஆளுமைகளை வாசிக்கிறார்களா இது
எதுவுமில்லாமல் சரண கோசம் போட்டுக் கொண்டு யாசகம்
கேட்டலையும் கூட்டம் நீ எழுதும் வடிவம் என்னுடையது
அதைக் கொண்டே என்னை ந(க்)கல் செய்கிறாயா எனச்
சடைக்கிறது மாயாண்டி வடிவம் என்பது பொதுவானது
பர்ரோஸ் டாம் வுல்ஃப் மேலும் இந்தகதையில் எங்கும் நடிகையைப்
புணரும் நாயும் நிதம்பமும் தூரத்துணியும் விபச்சாரியின் யோனி
வழி ஒழுகும் விந்தும் நேநோவும் வராத நிலையில் இது எப்படி
மாயாண்டியின் எழுத்தாகும் இது கதைசொல்லியின் அரசியல்
அழுகை புலம்பல் நம்பியவர்களின் தற்கொலைக்கு எதிரான
அரற்றல் யாரங்கே தன் தகுதிக்கு மீறி அதிகமாய்ப் பேசும் இவன்
நாவைத் துண்டியுங்கள் எனக் கோபமாய் உத்தரவிட்டது
இருபத்தெட்டாம் நூற்றாண்டின் செத்த மூளை எனக்கு பயமாய்
இருக்கிறது பயம் என்னும் சொல்லின் பிறப்பிடம் கிரேக்கக்
கடவுள் Pan வனங்களின் மலைகளின் இயற்கையின் மேய்ப்பர்களின்
மந்தைகளின் கடவுள் தன் தந்தை Hermes மூலம் சுயமைதுனத்தை
அறிந்து மேய்ப்பர்களுக்குச் சொல்லித் தந்தவன் வனதேவதைகளின்
காதலன் நாட்டுப்புற இசையைக் கொண்டாடுபவன் ஒதுக்கப்பட்ட
மக்களின் துணைவன் தனக்கெனத் தனியாய் கோயில்கள்
ஏதுமின்றி குகைகளில் ஒளிந்து கிடப்பவன் நதிகளின் கடவுளான
Landonனுடைய மகளான Syrinx மீது தீராத தாபம் கொள்கிறான்

பாதியுடல் ஆடாகக் கொம்புகளோடு அலையும் பானை கண்டு அவள் பயந்தோடு கிறாள் தன்னைப் பிடிக்க விரும்புகிறவனை ஏமாற்ற நாணலாய் உருமாறி நிற்கிறாள். எதுவாயினும் அவளைப் பிரிய மாட்டாதவன் அந்நாணலை ஏழு துண்டுகளாய்ச் செய்து துளைகளிட்டு இசைக்கத் துவங்குகிறான் அவள் புல்லாங்குழல் அவன் இசை அற்புதக்காதலின் அடையாளம் தன்னிசையில் பெரும் விருப்பம் கொண்ட பான் Lyre எனும் நரம்பிசைக்கருவியை இசைத்துத் திரியும் மற்றொரு கடவுளான ApolloMன் மீது பொறாமை கொண்டு போட்டிக்கழைக்கிறான் Tmolas எனும் மலைகளின் கடவுள் நடுவர் என்பதாக போட்டி நடக்கிறது இறுதியில் அப்போலோ வென்றதாக அனைவரும் ஒத்துக்கொள்ள Midas எனும் பானின் நம்பிக்கையாளன் அதனை ஒத்துக் கொள்ள மறுக்கிறான் கோபம் கொண்ட அப்போலோ மிதாஸின் காதுகளைக் கழுதையின் காதுகளாகப் போகும்படி சபிக்கிறான் இன்றும் மிதாஸ்கள் உண்டு. ஆனால் பெயர் மட்டும் வாசகர் வட்டம் என்பதாய் மாறிப் போனது அஹம் பிரம்மாஸ்மி ஏழாம் உலகத்தில் யாதும் தானாகி நிற்கும் நிலை நரனே நீ வேண்டுவன கேள் தாயே நான் பேசுவதெல்லாம் உண்மையாய் நடக்கும்படி என் நாவில் நீ எழுத வேண்டும் மேலும் நான் பேசுவது மட்டுமே இங்கே உண்மை என்பதாய் இருக்க வேண்டும் அருள் பாலித்தோம் எங்கே உனது நாக்கை நான்கு இன்ச்சுகள் நன்றாக வெளியே நீட்டு அம்மை தன் கால் கட்டை விரலால் எழுதினாள் இப்படியாகத்தான் அந்த ஞானப்பிள்ளையின் பிறப்பு நிகழ்ந்தது நடமாடும் அச்சகம் இலக்கியம் லேகியம் சாக்கியம் இயல் முயல் புயல் இசை விசை தசை நசை ராகம் காகம் மோகம் தாபம் பொன்மேனி உருகுதே என்னாசை பெருகுதே சங்கம் தானம் மானம் வானம் நாடகம் திரைப்படம் சரித்திரம் தரித்திரம் விஸ்வரூபம் பூலோகம் ஆதிபகவன் முதற்றே உலகு ஹீரோ சார் டைரக்டர் சார் ம்யூசிக் சார் சார் சார் கார் கார் கார் மோர் மோர் டர்ர்ர்ர்ர்ர்ர்ர்ர் சினிமாக்காரன் குசு விட்டால் என்னமாய் மணக்கிறது பூபாளம் வேதியியல் என்ன ஒரு கெமிஸ்ட்ரி டார்டாராக் கிழிச்சுட்டபோ இயற்பியல் உயிரியல் சமூகவியல் பொறியியல் பொறியல் அவியல் இனம் மதம் பவுத்தம் சமணம் இந்து ஞான மரபு தத்துவம் தரிசனம் இரங்கற்பா நினைவோடை அறிந்தது அறியாதது தெரிந்தது தெரியாதது புரிந்தது புரியாதது எல்லாம் எமக்குத் தெரியும். முப்பது நாள் சிகிச்சையில் ஆண்மைக்குறைவு சம்பந்தமான அனைத்துப் பிரச்சினைகளையும் குணமாக்கும் மூலிகை மருத்துவ சிகிட்சை உறவில் ஆர்வமின்மை

ஆர்வம் இருந்தாலும் எழுச்சி அடையாமை உறவில் ஈடுபட இயலாத அரை குறை எழுச்சி எழுச்சி நீடிக்காமை உறவின் போது எழுச்சி தானாகக் குறைந்து உறுப்பு சிறுத்துப் போதல் விந்து விரைந்து வெளிப்படுதல் அதிக சுயஇன்பத்தால் உறுப்பு சிறுத்து சுருங்கியதை நீளமாகவும் பருமனாகவும் உறுதியாகவும் மாற்றிடலாம் மேலும் மும்மலம் அறுநீர் என்பது சித்தர் வாக்கு அவ்வாறு வாழ்ந்திருப்பின் யாதொரு நோயும் உங்களைத் தீண்டா திருக்கும் சர்க்கரை இரத்தக்கொதிப்பு முழங்கால்வலி இருதயநோய் தோல்நோய் மலச்சிக்கல் சிறுநீர் பாதையில் தொற்று சளி தலைவலி வாய் துர்நாற்றம் சத்தமாக துர்நாற்றத்தோடுப் பிரியும் அபான வாயு உடல் எடை கூடுதல் குறைதல் அடிக்கடி கொட்டாவி உணவு செரிமானமின்மை பசியின்மை கண்களைச் சுற்றிக் கருவளையங்கள் மூலம் பவுத்திரம் ஆசனவாயில் எரிச்சல் அரிப்பு வெடிப்பு என எதுவாயினும் நீங்கள் நிவாரணத்தைக் கண்டடைய தமிழின் மாபெரும் எழுத்தாளர் வெற்றிமாறனை அணுகலாம் தனது எழுத்தின் மீதான அகங்காரம் இருக்கும்வரை மட்டுமே எந்தவொரு மனிதனும் அற்புதமான எழுத்துகளைப் படைக்க முடியும் எனத் தீவிரமாக நம்புகிறவர். இப்போது எழுத்து மறைந்து தான் என்பது மட்டும் மீந்திருக்கிறது வெற்றிமாறனா அவருக்கென்றால் எந்தக் கதவும் திறந்து கொள்ளுமே நானே ராஜா நானே மந்திரி நானே சேவகன் நான் நான் நான் நான் நான் நான் நான் நான் நான் நான் நான் நான் நான் மட்டுமே வரைமுறை ஏதுமின்றி அமில மழையாய்ப் பொழியும் வார்த்தைகள் தவறென்றறிந்தாலும் தான் சொன்னது சரி என்பதாய்ச் சாதிக்கும் மூர்க்கம் அதிகாரத்தின் மையங்களைச் சிதைப்பதாய் முரசறைந்து கிளம்பியவர்கள் தானே அதிகார பீடமாய் மாறி சிம்மாசனத்தின் மீதமர்ந்து தீர்ப்புகளை உரத்து வாசிக்கும் காலம் வாசிப்பின் தந்திரம் அறிந்தவன் வாசகனைத் தான் விரும்புபடியான இடங்களில் அழவும் சிரிக்கவும் செய்யும் சாகசத்தை எளிதாய் நிகழ்த்திப் போகலாம் எனில் அது அறமல்ல இறந்த உடல்களின் மீதாகக் கத்தியை ஆழப்பாய்ச்சும் குரூரம் எழுத்துக்கு பலம் சேர்க்க தானே புதிதாய்ப் பக்கங்களை எழுதிச் சேர்க்கும் அயோக்கியத்தனம் இருள்வீதிகளில் அலைந்துதிரியும் முன்னோரின் ஆத்மாக்கள் உற்றுநோக்கியபடி இருக்கின்றன. அழிக்கவியலா சாபங்கள் இத்தனையும் தாண்டி தாங்கிப் பிடிக்கவென ஒரு கூட்டம் என் ஆசான் என் அப்பன் என் வழிகாட்டி என் கடவுள் பழம் நீயப்பா ஞானப்பழம் நீயப்பா தனக்கென யாதொரு தீர்மானமும் கொள்கைகளும் கொண்டிராத இயந்திரங்கள் சுட்ட

32

மர நிறப் பட்டாம்பூச்சிகள்

பழம் மட்டுமே வேண்டும் தன்னைத் தொலைத்தவர்கள் செல்லும் இடமெல்லாம் துரத்தும் இணைய மும்மூர்த்திகளின் அட்டூழியம் தாங்க மாட்டாதவன் மாயங்களின் அடர்வனத்துக்குள் தன்னை புதைத்துக் கொள்கிறான். தலைவலி போய் திருகுவலி வந்த கதை யாரிவன் அந்நியன் ஆனவன் இவனுடைய தகுதி என்ன இவனிடம் ஒரு Academic தன்மை இருக்கிறது நம்முள் இவன் ஒருவனாயில்லை குடி கொண்டாட்டங்களில் கலந்து கொள்வ தில்லை இந்தக் கூரையின் கீழ் நீங்கள் மட்டும் மது அருந்தாமல் இருப்பது மனதுக்கு பாரமாயிருக்கிறது நண்பா எப்போதேனும் கவிதைகள் எழுதுகிறான் அதன் அரசியல் என்ன அரசியல் ஏதுமற்றிருப்பது எங்ஙனம் அரசியல் ஆகும் அவனுக்கென finding ஏதேனும் உண்டா புத்தகங்ளை பைண்ட் செய்வதை மட்டுமறிந்தவன் ஃபைண்டிங்கிற்கு எங்கு போவான் நானொரு காற்றுப் போன பலூன் Refill காலியான பேனா அவனுடைய Utopian உலகம் என்னவாயிருக்கிறது புதிதாய் வருபவனின் இருப்பைப் பரிசோதிக்கும் அதிகாரம் அதிகாரம் அதிகாரம் அதிகாரம் அதிகாரம் அதிகாரம் அதிகாரம் அதிகாரம் அதிகாரம் இந்தச் சொல்லை இதற்கு முன்பாக திருக்குறளில் மட்டுமே அவன் கேட்டிருந்தவன் அதிகாரம் அதி காரம் கார்ட்டூன்களின் குரலில் பறவைகளின் மொழி பேசித் திரிபவன் கையினை ஆதுரமாய்ப் பற்றிக் கொள்கிறான் எளிதில் கடக்கவியலாத நீண்ட பாலைவனத்தில் பாறை பிளந்து வெளியேறுகிறாள். ரத்தநரகி சின்னதொரு வண்டென உருமாறியவன் கடலாழத்தின் சிப்பிக்குள் ஒளிகிறான் அங்கு இயங்குகிறது சிறிய மனிதர்களால் நிரம்பிய சிறியதான உலகம் தைல ஓவியமொன்றின் குறிப்பிட்ட வண்ணத் துக்குள் கரைந்து போனதொரு எளிய வியாபாரி தன்னிருக்கையில் அமர்ந்தபடி சாலையில் ஊர்ந்து கொண்டிருக்கும் மனித எறும்பு களைப் பார்க்கிறார் அவன் அவள் அதுவென யாவும் நகரும் வாணிபச்சாலை தானியங்களினூடாக எழுத்துக்களைக் கோர்ப் பவன் வெளி காலம் உப்பு வேசை காதல் தனிமை நெகிழ்வு விளிம்புநிலை இவையெல்லாம் தவிர்த்து கதைகள் எழுத வேண்டு மென்பதாய் அலுத்துக் கொள்கிறான் கதை என்பது இன்னதாய் இருக்க வேண்டும் இன்னதாய் இருக்கக் கூடாது எனச் சொல்ல இவன் யார் பெரிய இலக்கிய தாசில்தாரா என ஆவேசமாகி வெடிக்கிறது இசைக்குமிழி எழுத்து வெல்லும் எழுத்து கொல்லும் சார்த்தரின் மதுவிடுதி மேசைக்குப் பணம் கட்டியவன் யார் என வினவும் தமிழின் மகத்தான கவிஞனின் கேள்விக்கு விடை சொல்வது எப்படி செக்ஸ் என்பது எங்கிருக்கிறது உடலிலா

மனதிலா மனதில் உறவு கொள்வதான எண்ணங்கள் இருந்தும் உடல் ஒத்துழைக்கவில்லையெனில் ஒன்றும் செய்யவியலாது உடல் எத்தனை தயாராயிருந்தாலும் மனதில் காம உணர்வுகள் தோன்றாவிட்டால் அதுவும் வீண்தான் உடல் மனம் உடல் மனம் உடல் மனம் இதற்கான சரியான பதிலை நீ சொன்னால் உனது மொழி உன்னை நீங்கி விடும் தெரிந்தும் பதில் சொல்லாமலிருந்தால் பாட்டிலால் அடித்து உன் முகரையைப் பெயர்ப்பேன் சொல் மானிடா உடலா மனமா என்று சிரிக்கிறது. பின்காலனியம் வெகுளியாய் பின்நவீனத்துவம் என்றால் என்ன என்கிற கேள்விக்கு முன்னால் இருந்து செய்வது முன்நவீனத்துவம் பின்னால் நின்று செய்வது பின்நவீனத்துவம் என்று விளக்கம் சொல்லி உள்ளொளி தரிசனம் தருகிறார் விசயமங்கலத்துக் கோமகனார் எதுவும் இங்கு சரியில்லை எதை வாசிக்க வேண்டும் அல்லது எதைப் பேச வேண்டும் என்பதும் தெரிவதில்லை எல்லாமே நான்சென்ஸ் சுத்த Feudal Nonsense தமிழின் தொன்மம் அறியாமல் கிரேக்கத் தொன்மங்களைப் பேசி தன்னைத் தாமே ஏமாற்றிக் கொள்வதாய் தமிழ்க் கவிஞர்களின் மீது வெறி கொண்டலையும் சொற்களின் பறவை கதையை எழுதிக் கொண்டிருப்பவன் தன் முகத்தை அதனிடமிருந்து மறைத்துக் கொள்கிறான் ஆண்டாளைப் பேசாமல் எவனோவொரு கிரேக்கக் கடவுளையா பேசுகிறாய் நீ கதையிலிருந்து வெளியேறிய மறுகணம் பிணம்தான் மகனே என எச்சரிக்கை ஒலிக்க பயந்து போன கதைசொல்லி தானும் ஒரு சொல்லென மாறி கதைக்குள் எங்கோ ஒளிந்து கொள்கிறான். கதையை இனி எப்படி முடிப்பது வேறு வழியின்றி தனக்கான முடிவைத் தானே எழுதிக் கொள்கிறது கதை ஆதியில் உலகம் சூன்யமாயிருந்தது யோனியில் பிறந்த முதல் மனிதன் அண்டத்தின் சுழல்பாதைகளில் நோக்கம் ஏதுமற்றவனாய் சுற்றித் திரிந்தான் கடல்கொண்ட நகரமொன்றின் சாலைகளில் பச்சைநிறப் பூச்சி களப்பிய மண்டையோட்டை கண்டெடுத்த தினம் அரிய சக்திகள் அவனுக்கு சித்தியானது பின்பவன் கடலின் மீது நடக்கிறவனாகவும் பாலைவனமணலில் மீன்பிடிப்பவனாகவும் கரும்பாறைகளில் நீரூற வைப்பவனாகவும் மாயங்கள் செய்பவனாக மாறிப்போனான் சகலமும் தாம் அறிந்து கொண்டோம் என்பதாய் நம்பத் தொடங்கியவன் உலகின் உயர்ந்த மலையின் மீதாக ஏறித் தானே பெரியவன் என்பதாய் உரக்கக் கூச்சலிட்டான் அவனருகே அமைதியாய் ஊர்ந்து போனதொரு எறும்பு ரகசியமென ஒலிக்கும் குரலால் அவன் காதில் சொன்னது கலங்கிய நீர்நிலைகள் எப்போதும் தெளிவான பிம்பங்களைக் காட்டுவதேயில்லை

கணநேரத்தில் தன் தவறுணர்ந்து நொறுங்கியவன் வாழ்வின் உண்மையான அர்த்தம் கல்வெட்டொன்றில் பதிக்கப்பட்டிருப்பதை அறிந்ததனைத் தேடிக் கிளம்பினான் நானூறு நூற்றாண்டுகள் கழித்து எளியதொரு மண்குடிசைக்குள் அந்தக் கல்வெட்டினைக் கண்டெடுத்தான் அது வெறுமையாய் இருந்தது

பின்னிணைப்பு: Viva La Muerte *எனில் தற்கொலைகளைக் கொண்டாடுவோம் இதே பெயரில் அர்ரிபால் இயக்கிய ஸ்பானியத் திரைப்படமும் உண்டு றிணீஸீஇன் பாதிப்பிலும் லூயி புனுவலின் குரூரத்தின் அரங்கால் உந்தப்பட்டும்* Alexandro Jodorowsky Roland Topor Fernando Arribal *ஆகியோரால் 1962இல் உருவாக்கப்பட்டது* Panic Movement *சர்ரியலிசக் கோட்பாடுகளை முன்வைத்து இயங்கியவர்கள் அழிவு சக்திகளின் மூலமாகவும் அமைதியை அழகை அடைய முடியுமென்பதாய் பிரஸ்தாபித் தார்கள் தங்கள் நிகழ்ச்சிகளில் அதிர்ச்சியூட்டும் வினோத சம்பவங்களை தோலாலான உடையணிவதும் வாத்துகளின் கழுத்தை அறுத்து வீசியெறிவதும் மார்போடு நாகங்களைச் சேர்த்து அணைத்துக் கொள்வதும் உடைகளைக் களைந்து சாட்டையால் அடிப்பதும் தேனில் நனைந்த நிர்வாணப் பெண்களும் சிலுவையில் அறையப்பட்ட கோழிகளும் பொய்யாய் மேடையில் நிகழ்த்தப்படும். மதகுருவின் கொலையும் பிரம்மாண்ட யோனியும் பார்வையாளர்கள் மீது உயிருள்ள கடல் ஆமைகளை வீசியெறிவதும் நிகழ்த்தி காட்டுவதை வழக்கமெனக் கொண்டிருந்தார்கள் 1973இல்* "Le Panique" *எனும் அர்ரிபாலின் புத்தகம் வெளியான பின்பாக பானிக் இயக்கத்தின் தற்கொலை நிகழ்ந்தது இருந்தும் தொடர்கின்றன கலைஞர்களின் தற்கொலைகள் அவர்களின் சுயவிருப்பத்தினூடாக சுபோ ஜெயம்.*

அந்தர மீன்

கண்ணெட்டிய தூரம் வரைக்கும் அந்த ஒற்றை மரம் மட்டுமே நின்றிருந்தது. செடியைக் காட்டிலும் சற்றே பெரிதாய் வளர்ந்த மரம். தவளையின் உட்பாதமென பச்சை நிறத்தில் மினுங்கிய இலைகள் கிளைகளெங்கும் அடர்ந்திருந்தன. அவள் மெதுவாய் நகர்ந்து அதனருகே வந்தாள். ஒரு இலையை அதன் காம்போடு கிளையிலிருந்து கிள்ளியெடுக்க வெள்ளை நிறப் பிசின் அதனடி யிலிருந்து வழியத் துவங்கியது. அதைக் கொண்டு கையினருகே இருந்த இலையில் அவள் தன் நினைவில் மீந்திருந்த ஒரே வார்த்தையை எழுதினாள். அதுவொரு பெயராகவும் இருந்தது. ஆனால் அவள் முழுதாய் எழுதி முடிக்குமுன்பாக அந்த இலை கிளையிலிருந்து உதிர்ந்து தரையில் வீழ்ந்திருந்தது. மனம் தளராமல் அவள் மற்றொரு இலையில் எழுதத் தொடங்க கடைசி எழுத்துக்கு முன்பாக அதுவும் உதிர்ந்து போனது. அவள் எழுதவும் இலைகள் உதிர்வதும் தொடர்ந்து நிகழ எல்லா இலைகளையும் இழந்து மரம் வெறுமையாய் நின்றது. அவள் என்ன செய்வதெனப் புரியாமல் திகைத்தாள்.

நிலவின் சாம்பல் நிற வெளிச்சத்தில் நெடுஞ்சாலை மரங்கள் சோபையாய் மிளிர்ந்து கொண்டிருந்தன. மரங்களை உலுக்கும் காற்றும் சருகுகளில் ஊரும் பூச்சிகளும் அவ்விரவின் அமைதியைக்

குலைத்தன. இவன் தன் பைக்கில் விரைந்து கொண்டிருந்தான். மனம் குழப்பத்தில் ஆழ்ந்திருந்தது. கல்லூரியை நீங்கி வந்த இந்த ஏழு வருடங்களில் ராஜீவனை முழுவதுமாய் மறந்திருந்தான். மீண்டும் ஒருமுறை அவனைச் சந்திக்க நேரிடும் என்பதை சற்றும் எதிர்பார்க்காத நிலையில் ராஜீ அழைத்திருந்தான். “நல்லா இருக்கியா.. அவசரம்.. மதுரைலதான் இருக்கேன்.. உடனே கிளம்பி ஆஸ்பத்திரிக்கு வா..” இத்தனை வருடங்கள் கழித்து தன்னை ஏன் அழைக்க வேண்டும். யாருக்கு என்ன ஆனது. அனைத்து வசதிகளும் இருக்கும் தனது ஊரிலிருந்து விலகி இத்தனை தொலைவு தள்ளி இருக்கும் ஊருக்கு ஏன் வர வேண்டும். நீரிலிருந்து பொங்கி வரும் குமிழிகளென மனதுள் கேள்விகள் எழும்பியபடி இருந்தன.

சிறிது தொலைவிலேயே அந்தக் கரும்பச்சை நிறக் கட்டிடம் கண்முன்னே விரிந்தது. மாடியில் சிசு இயேசு மனநல மருத்துவ மனை எனும் எழுத்துகளில் நியான் விளக்குகள் பளிச்சிட்டின. ஆஸ்பத்திரி வளாகத்துக்குள் நுழைந்து ஷெட்டில் வண்டியை நிறுத்தினான். ஏசியின் மெல்லிய ரீங்காரமும் பக் பக் பக் எனும் சத்தமும் கூரையிலிருந்து கேட்டது. அண்ணாந்து பார்க்கையில் இரண்டு சிவப்பு நிற முத்துக்கள் இருளுக்குள் இருந்து இவனை முறைத்தன புறாக்கள். மெதுவாய் இறங்கியவன் ரிசப்ஷனை நோக்கி நடந்தான். வாசலில் நுழையுமிடத்தில் மேற்கூரையில் சிறியதாய் ஒரு கண்ணாடிப்பேழை. உள்ளே சிசுவான குமாரனைக் கைகளில் ஏந்தி நிற்கும் கன்னித்தாயின் உருவம். தன்னையு மறியாமல் மார்புக்குக் கைகளைக் கொண்டு போய் சிலுவைக் குறியிட்டபடி உள்ளே நுழைந்தான்.

வரவேற்பறை காலியாக இருந்தது. யாரைக் கேட்பதெனத் தெரியாமல் சுற்றுமுற்றும் பார்த்தான். சுவர்களில் ஏதேதோ வாசகங்கள் அடங்கிய படங்கள் ஒட்டப்பட்டிருந்தன. உஷ்ஷ்ஷ் என உதடுகளில் விரல் வைத்து மிரட்டிய குழந்தை வெகு அழகா யிருந்தது. அதற்கு சற்றுத் தள்ளி இடப்புறத்தில் தேவகுமாரனின் பெரிய தைல ஓவியம் ஒன்று தொங்கியது. காட்டில் தனிமையில் நிற்கும் குமாரனின் கைகளில் ஒரு ஆட்டுக்குட்டியும் அவருடைய கால்களை நோக்கி நகரும் மற்றொரு ஆட்டுக்குட்டியும். இவன் அந்த ஓவியத்தைப் பார்த்தபடியே நின்றிருந்தான். அவ்விரு ஆட்டுக்குட்டிகளும் தானும் ராஜீவும் தானோ! கல்லூரியில் உயிராய்ப் பழகிய நண்பர்கள் ஒரு பெண்ணின் காதலுக்காக அடித்துக் கொண்டு பிரிந்தது இன்றைக்கு சிறுபிள்ளைத்தனமாய்த்

தோன்றியது. வெகு நேரம் அப்படியே இருந்தவனை மற்றொரு குரல் கலைத்தது. "நான் இங்க இருக்கேன்.." சட்டெனக் குரல் வந்த திசையில் திரும்பியவன் அதிர்ந்து போனான். அங்கே நின்றிருந்தவனும் இவன் அறிந்திருந்தவனும் வேறு வேறாய் இருந்தார்கள்.

கண்கள் உள்வாங்கி தேகம் மெலிந்து காசநோயால் பாதிக்கப் பட்டவன் போல ராஜீவன் ஆளே மாறிப் போயிருந்தான். என்ன ஆனது என்றோ ஏன் இப்படி உருக்குலைந்து போனான் என்பதற்கோ எந்த பதிலும் சொல்லாமல் திரும்பி நடக்கத் தொடங் கினான். இவன் அவனைப் பின்தொடர்ந்தான். இவர்களைக் காட்டிலும் பெரிதாய் வளர்ந்திட்ட நிழல்கள் இவர்களுக்கும் முன்பாக நடந்து போயின. அறைகளின் கதவை மூடியிருந்த பச்சை நிற திரைச்சீலைகள் காற்றில் அசைந்திட சுவர்களில் பூசியிருந்த மெல்லிய பிங்க் நிற பெயிண்டும் அங்கு நிலவிய அமைதியும் மனதை பதட்டம் கொள்ளச் செய்தன. நடந்து சென்றவன் ஒரு அறையின் முன்பாக நின்றான். வயதான ஒரு பெண்மணி தரையில் ஓரமாக அமர்ந்திருந்தார். இவர்கள் வந்து நின்றதை அவர் உணர்ந்ததாகவே தெரியவில்லை. அவரருகே நின்றிருந்த பெரியவர் ராஜீவனுடைய அப்பாவாக இருக்க வேண்டும் ஒரு முறை மட்டும் நிமிர்ந்து பார்த்து விட்டு மீண்டும் தலையைக் குனிந்து கொண்டார். "என்ன ஆச்சுன்னு சொல்லுடா.." நடப்பது ஏதும் இவனுக்குப் புரியவில்லை. ராஜீவன் இவனை ஜன்னலின் அருகே அழைத்துச் சென்றான். மங்கலான வெளிச்சத்தில் உள்ளே இருப்பது எதுவும் முதலில் கண்களுக்குப் புலப்படவில்லை. சற்றே கண்களைக் கூர்மையாக்கி இருள் பழகியபின்பு உள்ளே படுக்கையில் பெண்ணொருத்தி படுத்திருப்பது தெரிந்தது.

அவள் தன்னை முற்றிலுமாய்த் தொலைத்திருந்தாள். சுற்றி யிருந்த மனிதர்கள் அவளுக்குள் மிகுந்த பதட்டத்தை விதைத் திருக்க தன்னிருப்பிலிருந்து மெல்ல விலகி யாருமற்ற தீவொன்றை வந்தடைந்தாள். அவளது நினைவுகளில் இப்போது ஒரே ஒரு பெயர் மட்டுமே மிச்சமாய் இருந்தது. நீரில் மூழ்குபவன் கைகளில் சிக்கிய கட்டையை ஒரே நம்பிக்கையெனப் பற்றிக் கொள்ளுவதைப் போல தன் வாழ்வத்தனையும் அந்த ஒற்றை வார்த்தையில் மட்டுமே தேங்கியிருப்பதாய் அவள் நம்பினாள். அதை மறந்து போக விரும்பாதவளாக தன்னிடமிருந்து யாரும் பறித்திடாமல் இருக்க அவ்வார்த்தையை மந்திரமென மீண்டும் மீண்டும் உச்சரித்தாள். கடற்கரை மணலில் அவள் அந்தப்பெயரை

எழுதினாள். அலைகள் அவற்றை அடித்துப் போயின. யாருமற்ற வெளியில் கைகளால் கிறுக்கினாள். காற்று அவற்றை உதிர்த்துப் போனது. என்ன ஆனபோதும் கலங்காதவளாக அவள் அந்தப் பெயரைச் சொல்லியபடி இருந்தாள்.

அந்த வீட்டின் செல்லப்பிள்ளை அவள். என்ன சொன்னாலும் செய்திடத் தயாராக மக்கள் இருந்தபோதும் தன் நிலைக்கு அதிகமாக எதற்கும் அவள் விருப்பம் கொண்டதில்லை. பள்ளி முடித்த பின்பு தான் பொருளாதாரம் படிக்க விரும்புவதாகச் சொன்னாள். அப்பா ஒற்றை வார்த்தையில் சரி என்றார். தனக்கு ஊரிலிருந்து பேருந்தில் போய்ப் படிக்க ஆசை என்றாள். இருபது மைல் தொலைவிலிருந்த கல்லூரியில் தங்கைக்கு அண்ணன் சீட் வாங்கித் தந்தான். தங்கள் வாழ்வின் சந்தோசம் என அவர்கள் அவளைக் கொண்டாடினார்கள். எல்லாம் நல்லபடியாகவே இருந்தது, சபிக்கப்பட்ட அந்த தினம் வரும் வரை. அன்று கல்லூரி முடிந்து வீட்டுக்கு வந்தவள் யாரோடும் பேசாமல் தன்னறைக்குள் சென்று பூட்டிக் கொண்டாள். கல்லூரியில் அலைச்சல் அதிகமாயிருக்கும் என அம்மா அதனைப் பெரிதுபடுத்தவில்லை. இரவு சாப்பிட அழைத்தபோது வேண்டாம் என மறுத்து விட்டவள் மறுநாள் காலையில் கல்லூரிக்குப் போகாமல் தன்னறைக்குள்ளேயே அடைந்து கொண்டாள். அம்மா அவளிடம் விசாரித்தபோது சுவரை வெறித்தபடி அமைதியாய் உட்கார்ந்திருந்தாள். நண்பர்களிடம் ஏதும் சண்டையா அல்லது யாரும் ஏதேனும் சொன்னார்களா என அம்மா குழப்பம் கொண்டாள். அவள் கண்கள் சூனியத்தை உற்றுப் பார்த்தன. பயந்து போன அம்மா அவளை தர்காவுக்கு அழைத்துப் போய் மந்திரித்துக் கூட்டி வந்த போதும் அவளிடம் எந்த மாற்றமு மில்லை.

இரவில் உறங்கிக் கொண்டிருந்த அம்மாவின் கால்களை யாரோ சுரண்டியது போலிருக்க மெல்ல விழித்துப் பார்த்தவள் மிரண்டாள். எதிரே அவள் ஆடை ஏதுமின்றி நிர்வாணமாய் நின்றிருந்தாள். தலைமுடி கலைந்து முகமெல்லாம் விகாரமாய் யாரோ போல நின்றிருந்தவளைக் கண்டு அம்மா அதிர்ந்து போனாள். அலறியடித்து எழுந்து அவளின் உடையைத் தேடி யெடுத்து அணிவித்தாள். அம்மாவின் அலறல் கேட்டு எழுந்து உள்ளறைக்கு வந்தவர்களால் நடப்பதை இன்னதெனப் புரிந்து கொள்ள இயலவில்லை. "என்ன நடக்குதுன்னு தெரியலைங்க.. இந்தப் புள்ளையக் கொஞ்சம் என்னன்னு பாருங்க.." அம்மாவின்

வார்த்தைகள் அழுகையோடு சேர்ந்து வந்தன. அருகிலிருந்த மேசையின் மீது குத்துக்காலிட்டு அமர்ந்திருந்தவளை அப்பா நெருங்கித் தொட்டார். "என்னடா கண்ணா பண்ணுது.." அவள் சட்டெனத் திரும்பி அவரை உந்தித் தள்ளினாள். உடன் மின்சாரம் தாக்கியது போல அவர் தூக்கி எறியப்பட்டார். அவளுக்குள் இத்தனை பலம் எங்கிருந்து வந்தது என்பது அவர்களுக்குப் புரியவில்லை. இரண்டு நாட்களாய் ஒரு வார்த்தையும் பேசா திருந்தவள் வாயைத் திறந்து பேசினாள். ஆனால் அவள் ஏன் பேசினாள் என்பதாக அவர்கள் அதிர்ந்து போனார்கள். தமிழும் ஆங்கிலம் தவிர்த்து வேறு மொழி ஏதும் தெரிந்திராதவள் இப்போது மலையாளத்தில் பேசினாள். அதிர்ந்தவர்களாக அந்த அறைக்குள் அவளை விட்டு வெளியே வந்தவர்கள் கதவை இழுத்துப் பூட்டினார்கள். கதவை ஆங்காரமாய் இடிக்கும் சத்தமும் அர்த்தம் புரியாத வார்த்தைகளும் இரவில் வெகு நேரம் கேட்டபடி இருந்தன. இது காத்து கருப்புகளின் வேலை யாகத்தான் இருக்க வேண்டும் எனும் தீர்மானத்துக்கு வர அவர்களுக்கு வெகுநேரம் பிடிக்கவில்லை. தனக்குத் தெரிந்த நண்பரின் மூலமாக மலையாள மந்திரவாதி ஒருவரை அப்பா வீட்டுக்கு வரவழைத்தார்.

காவியுடை அணிந்தவரின் தீர்க்கமான கண்கள் எல்லாத் திசைகளிலும் சுழன்றபடி இருந்தன. வீட்டுக்குள் நுழையுமுன்பாகவே இங்கொரு துர்ஆத்மாவின் வாசத்தை தன்னால் உணர முடிகிற தெனச் சொன்னார். அவர் கேட்டுக் கொண்டதைப் போல வீட்டினுள் கூடத்தின் நடுவே சக்கரம் ஒன்று வரையப்பட்டது. இரண்டு முக்கோணங்களை எதிரெதிரே ஒன்றுக்குள் ஒன்று கலந்ததாய் வரைந்து அதனைச் சுற்றிப் பெரியதொரு செவ்வகம் சிவப்புச் சாந்தினால் மெழுகி வரையப்பட்ட சக்கரம். செவ்வகத்தின் நான்கு முனைகளிலும் சாணியில் புதைக்கப்பட்ட பூசணிப்பூக்கள். சக்கரத்தின் மீதாக நான்கு செங்கற்கள் அடுக்கி அதனுள்ளே தீ வளர்க்கப்பட்டது. விரல் நீளமிருந்த செப்புத் தகட்டினை எடுத்தவர் தரையில் அவளது பெயரினை எழுதி அதன் மீதாகத் தகட்டினை வைத்தார். பின்பாக சின்னதொரு கோழிக்குஞ் சினைத் தன் பையினிலிருந்து எடுத்து அதன் கழுத்தையறுத்து வழிந்த ரத்தத்தை வீட்டின் அனைத்து மூலைகளிலும் தெளித்தார். தொடர்ந்து தான் கொண்டு வந்திருந்த சின்ன புட்டியிலிருந்த தீர்த்தத்தையும் வீடெங்கும் தெளித்து விட்டு சக்கரத்தினருகே வந்து மனைப்பலகையில் அமர்ந்தவரின் முன்பாக அவளை

இழுத்து வந்து அமர்த்தினர். அவர் தன் தோளில் தொங்கிய பையிலிருந்து ஒரு சாட்டையை எடுத்தார். முதல் அடி அவள் தோளில் விழுந்த கணத்தில் பெரும் சப்தத்தோடு அம்மா மயங்கிப் போனாள். அடி தாங்காமல் அரற்றியவள் ஒரு கட்டத்தில் பேசத் தொடங்கினாள்.

தன் பெயர் சாந்தி என்றும் தனது ஊர் பாலக்காடு எனவும் அவள் சொன்னாள். பக்கத்து ஊரைச் சேர்ந்தவனான பாலச்சந்திரனின் மீது தீராத காதல் கொண்டிருந்தாள். அவனும் அவளை உளமார நேசித்தான். ஆனால் அவளது வீட்டார் அதற்கு ஒத்துக் கொள்ளவில்லை. சாதியிலும் காசு பணத்திலும் அவளைக் காட்டிலும் தாழ்ந்தவனாயிருப்பவனை எப்படி ஒத்துக் கொள்ள முடியும் என மறுத்து விட்டார்கள். அவள் அவனோடு ஊரை விட்டு ஓடிப்போக முடிவுசெய்து குறிப்பிட்ட நாளில் ஊரெல்லையில் காத்திருந்தாள். ஆனால் அவன் வரவில்லை. பயந்து விட்டானா அல்லது அவளை ஏமாற்றி விட்டானா என்பதை அவள் அறியவில்லை. ஆனால் நிச்சயமாகத் தன்னால் மீண்டும் வீட்டுக்குத் திரும்ப முடியாது என்பது அவளுக்குப் புரிந்தது. அருகிலிருந்த கிணற்றுக்குள் பாய்ந்து தன்னை மாய்த்துக் கொண்டவளின் உடல் அழிந்து போனாலும் அவளது ஆன்மா பாலனுக்காக ஏங்கியது. சில நாட்களுக்கு முன்பு அவளுக்கிந்த உடல் கிட்டியதால் அவனை அடையும் வரை இவளை தான் நீங்க முடியாது என மலையாளத்தில் அலறியபடி சொன்னாள்.

மந்திரவாதி எத்தனை சொல்லியும் அவளை விட்டுப் போக முடியாது என்றே சொன்னாள். இறுதியாய் அவர் தனது சாட்டையை மீண்டும் கையில் எடுத்தார். ஒவ்வொரு அடிக்கும் அவளது உடல் துடித்து அடங்கியது. வெகு நேரப் போராட்டத்துக்குப் பின் அவள் தரையில் மயங்கி வீழ்ந்தாள். அவளருகே சென்ற மந்திரவாதி அவளது கூந்தலின் ஒரு சிறு கற்றையைக் கத்தரித்து எடுத்தார். வீட்டின் பின்பாக நின்றிருந்த வேப்பமரத்தின் ஒரு கிளையின் அக்கற்றையினை ஆணி கொண்டு அறைந்தார். தான் அந்தப் பேயினை அடக்கி விட்டதாகவும் இனி எந்தப் பிரச்சினையும் வராது என்றும் சொன்னவர் மறுநாள் காலை வந்து பார்ப்பதாக சொல்லிப் போனார். அன்று இரவு முழுவதும் அவள் மயக்கமாயக் கிடக்க மற்றவர்கள் தூங்காமல் அவளைச் சுற்றி காவலிருந்தனர். காலையில் விழித்தபோது முடிக்கற்றை அறையப்பட்ட மரத்தின் கிளை தீப்பிடித்தாற்போல கருகிப் போயிருந்தது. அதை வந்து பார்த்த மந்திரவாதி திருப்தியாய்ப்

புன்னகைத்தார். "உங்க மகளப் பிடிச்ச வேண்டாதது எல்லாம் இன்னையோட ஒழிஞ்சது. நீங்க நிம்மதியா இருக்கலாம். எதுக்கும் ஒரு தடவ மகளக் கூட்டிக்கிட்டு மலைக்கோயிலுக்குப் போயிட்டு வாங்க.." எனச் சொல்லிப் போனார்.

அவள் இரவு நித்திரையின் போது கனவுகளில் வாழ்பவளாய் இருந்தாள். வினோத மனிதர்களும் பறவைகளும் மிருகங்களும் நிரம்பிய வனம் அவளது கனவுலகமாயிருந்தது. ஒரு நாள் தனது கனவின் வனத்தில் நீல நிறமாய் மழை பொழிவதைக் கண்டவள் பெரும் ஆச்சரியம் கொண்டாள். தங்க மீனென உருமாறி வர்ணங்களில் மழை பொழியும் மேகத்தை நோக்கி அவள் வானில் நீந்தி சென்றாள். தன்னை நோக்கிப் பறந்து வரும் ஜ்வலிக்கும் தங்க மீனைக் கண்டு மேகமும் அதிசயித்தது. நீ யார் எனும் தங்க மீனின் கேள்விக்கு வாழ்வில் ஒரு முறை மட்டும் மனிதர்களுக்குக் கனவில் அவர்கள் விரும்பும் நிறத்தில் மழையைப் பொழியும் மேகங்களின் தலைவன் என்பதாய் வர்ணமேகம் தன்னை அறிமுகம் செய்து கொண்டது. மீண்டும் எப்போது தன் கனவில் வர்ண மழை பொழியும் என்கிற கேள்விக்கு அதற்கவள் பல யுகங்கள் காத்திருக்க வேண்டுமென்பதாயும் பதில் சொன்னது. தன்னை முழுவதுமாய்க் கொள்ளை கொண்ட மேகங்களின் தலைவனை அவள் தனக்கானதாக தனக்கு மட்டுமேயானதாக மாற்றிக் கொள்ள விருப்பம் தெரிவித்தாள். தங்க மீனின் அழகில் தன்னைப் பறிகொடுத்த மேகமும் அதற்கு ஒப்புக்கொள்ள வர்ணமேகத்தை ஒரு குளமென மாற்றி தனது கனவில் தங்கும்படி செய்தாள் அவள். அன்று முதல் மனிதர்களின் கனவில் வர்ணங்களில் மழை பொழிவது இல்லாமல் போனது.

மலையடிவாரத்தில் பக்தர்கள் கூட்டம் நிரம்பி வழிந்தது. சிறுவர்கள் கையில் கறுப்பு சிவப்புக் கயிறுகளையும் சாமி படங்களையும் ஏந்தியபடி சுற்றி வந்து கொண்டிருந்தார்கள். கைகளில் குழந்தைகளை ஏந்திய தாய்மார்கள் முகத்தில் கருணையைத் தேக்கியவர்களாகத் தேடி தர்மம் கேட்டுக் கொண்டிருந்தனர். உறுப்புகள் கோரமாகிப் போனவர்களின் மனநிலை பாதிக்கப் பட்டவர்களின் உடல்கள் அருகில் துண்டோடு படிகளில் சிதறிக் கிடந்தன. திருநீறால் அபிஷேகம் செய்யப்பட்டிருந்த கடவுளின் சிலை முன்பு அம்மாவும் அப்பாவும் கண்ணீரோடு வேண்டினார்கள். அவளது கண்கள் ஆழ்ந்த தியானத்தில் இருப்பவளைப் போல மூடியிருந்தன. அருகில் நின்றவன் அவளது கைகளை ஆதுரமாகப் பற்றியிருந்தான். மின்னலென ஒரு கணத்தில்

மர நிறப் பட்டாம்பூச்சிகள்

ராஜீவனது கைகளை அவள் உதறித் தள்ளினாள். கடவுளின் பெயரை உரக்கச் சொல்லியபடி படிகளில் தாவி ஏறியவளைத் தொடர்ந்து அவனும் ஓடினான். அவளது வேகத்தைத் தொடர முடியாத அம்மாவும் அப்பாவும் பின்தங்கிப் போனார்கள்.

வெறி கொண்டவளாகப் படிகளில் தாவி ஏறியவளின் ஓட்டம் மலைக்கோவிலை அடைந்து சாமி சந்நிதி முன்பாகப் போய் நின்ற பின்பே ஓய்ந்தது. சற்றே பருத்த உடம்பைக் கொண்டவளால் எப்படி இத்தனை விரைவாக படிகளில் ஏறி வர முடிந்தது. மூச்சிரைக்க அவளைத் தொடர்ந்து வந்தவனுக்கு ஆச்சரியமாக இருந்தது. கடவுள் சந்நிதானத்துக்கு முன்பாக நின்றவளின் கண்களில் கண்ணீர் சொரிந்து கொண்டிருந்தது. முழுதாய்த் தன்னை ஒப்புக் கொடுத்தவளென முகம் கனிந்து போயிருந்தது. அவள் பெருங்குரலெடுத்துப் பாடத் தொடங்கினாள். கடவுளை அவனது சித்துகளை அருளைப் பேசும் பாடல்கள். எங்கிருந்து இந்தப் பாடல்களை அவள் அறிந்தாள். பெற்றவர்களும் தட்டுத் தடுமாறி அங்கு வந்து சேர்ந்தார்கள். ராஜ கோலத்தில் நின்றிருந் தவனை தரிசித்து அர்ச்சனைகள் முடித்துத் திரும்புகையில் தங்கள் மகள் மீண்டு விட்டதாகவே அவர்கள் நம்பினார்கள்.

வீட்டுக்குத் திரும்பிய சில தினங்களில் அவள் உணவினைத் தவிர்த்து பால் பழங்களைச் சாப்பிடத் துவங்கியிருந்தாள். திரைப்படங்களை விரும்பிப் பார்க்கக் கூடியவள் அவ்ற்றை அறவே தவிர்த்தாள். அமைதியாய் உட்கார்ந்து இருக்கையில் திடீரென அவளது கண்கள் மூடிக் கொள்ளும். “இப்போது அவனுக்கு அபிஷேகம் நடக்கிறது. ஆண்டிக் கோலத்தில் அத்தனை அழகாய் இருக்கிறான்” என்பாள். தனக்குத் தானே சிரிக்கவும் ஆரம்பித்தாள். “உன் திருவிளையாடல்கள் எனக்குப் புரியாததா என்ன”. எந்தவொரு விசயத்தைச் சொன்னாலும் அதற்குப் பதிலாக ஆன்மீக தத்துவ விசாரங்களைப் பேசினாள். ஊருக்குள் அவளுடம்பில் அடியாரொருவரின் ஆவி இறங்கியிருப் பதாய் பேச ஆரம்பித்தார்கள். மருத்துவமனைக்குப் போனால் அவர்களாலும் ஒன்றும் செய்யவில்லை. எல்லாம் சரியாக இருக்கும் பெண்ணுக்கு என்ன மாதிரியான வைத்தியம் பார்ப்பது என அவர்களும் குழம்பினார்கள். இரண்டு மாதங்கள் நீடித்த இந்தக் குழப்பம் அவள் தன்னை முழுதாய் அமைதிக்குள் பூட்டிக் கொண்ட தினத்தோடு முடிவுக்கு வந்தது. அவள் ஏதும் பேச இயலாதவளாகிப் போனாள். பேச முயன்றாலும் வார்த்தைகள் குழறி உதடுகள் ஒட்டிக் கொண்டு வினோத சப்தங்கள்

மட்டுமே வெளிப்பட்டன. கொஞ்சம் கொஞ்சமாய் அவள் தன்னை முற்றிலுமாய்த் தொலைத்திருந்தாள். அவளை மனநல மருத்துவரிடம் அழைத்துப் போவதென முடிவாகியது. ஊருக்குள் இருக்கும் யாருக்கேனும் தெரிந்தால் அவளது திருமணம் தடைப் படலாம். எனவே வெளியூர் சென்று தான் மருத்துவம் செய்ய வேண்டும்.

தங்க மீனின் வருகைக்காகக் கனவுள் காத்திருந்தவொரு கணத்தில் தன் தலைக்கு மேலாகக் கடந்து போன வானவில்லை அந்தக் குளம் பார்க்க நேர்ந்தது. இத்தனை காலம் தான் மறந்து போயிருந்த வர்ணங்களின் நினைவுகள் மெல்ல அதற்குள் மீண்டெழுந்தன. தங்க மீன் தன்னை எத்தனை உண்மையாய் நேசித்தாலும் அதன் கனவுக்குள் கட்டுண்டு கிடக்கும் வரைக்கும் தான் அவளுடைய கைதி மட்டுமே என்பதை வர்ணமேகம் உணர்ந்து கொண்டது. மறுகணம் குளம் மெதுவாய் வற்றி வானில் மேகத்துளிகள் துளிர்க்க ஆரம்பித்தன. மீண்டும் தனது பழைய உருவினை அடைந்திருந்த மேகம் அவள் கனவினை நீங்கி மறைந்து போனது. அன்றைய இரவின் கனவில் மீனாக மாறி உட்புகுந்தவள் குளத்தினைக் காணாது நொடிந்து போனாள்.

அவன் ராஜீவனுடைய கைகளை ஆதரவாகப் பற்றிக் கொண்டு தன் தோள்களின் மீது ஆதரவாய்ச் சாய்த்தபடி எல்லாம் சரியாகி விடும் எனச் சொன்னான். அவளைப் பரிசோதித்த மருத்துவர் வெளியே வந்தார். ஏதோவொரு நிகழ்வு அவள் ஆழ்மனதினை வெகு தீவிரமாகப் பாதித்திருப்பதாகவும் அதன் காரணமாகவே அவள் வினோதமாக நடந்து கொள்கிறாள் என்றும் சொன்னார். ஒரு மாதத்துக்கு மருந்துகளை உட்கொள்ளச் செய்து அதன் முன்னேற்றங்களைப் பார்த்த பின்பாக தகுந்தாற்போல சிகிச்சை மேற்கொள்ளாலாம் என்றார். இவர்கள் நன்றி கூறிக் கிளம்பி னார்கள். ராஜீவன் தனது தங்கையின் தோளினைப் பிடித்து வெளியே அழைத்து வந்தான். இவன் அவளது முகத்தினை வெளிச்சத்தில் பார்த்தான். வெகு திருத்தமாக இருந்தவளின் கழுத்தின் கீழிருந்த பெருத்த தனங்கள் இவன் கண்களைக் குத்தின. இவன் தனது பார்வையைத் திருப்பிக் கொண்டான். ராஜீவன் அவளை மெதுவாக நடத்தி வந்து காருக்குள் உட்கார வைத்தான். ஏதும் பேசாமல் அமைதியாய் நடந்து வந்த அவனது அப்பாவும் அம்மாவும் காருக்குள் ஏறி உட்கார்ந்து கொண்டார்கள்.

புறநகர்ப் பகுதியிலிருந்த உணவு விடுதிக்குள் அவர்கள் நுழைந்

தார்கள். கண்களில் எந்த உணர்ச்சியும் காட்டாது அவள் எங்கோ வெறித்தபடி நடந்தாள். காலியாய் இருந்த ஒரு மேசையில் அவளை அமர்த்தி ராஜீ அருகே அமர்ந்தான், இவன் எதிரில். அவன் இவனைப் பற்றி விசாரித்தான். தன்னுடைய வேலை பற்றியும் குடும்பம் பற்றியும் சொன்னவன் இன்னும் இரண்டு மாதங்களில் தனக்குத் திருமணம் நடக்கவிருப்பதையும் சொன்னான். மிகுந்த மகிழ்ச்சி என்ற ராஜீவன் தன் தங்கையின் பக்கம் திரும்பிச் சொன்னான். "கேட்டியாம்மா.. கவுதமுக்குக் கல்யாணமாம்.." எங்கோ வெறித்தபடி இருந்தவளின் கண்கள் சட்டென இவன் பக்கம் திரும்பின. அவ்வார்த்தைகள் ஓர் சுழலென அவளைத் தாக்கியிருக்க உயிரற்ற கண்கள் படபடக்க கைகள் நடுங்கிக் கொண்டிருந்தன. அவளின் மாற்றம் கண்டு ஏதோ உணர்ந்தவனாய் ராஜீவன் மீண்டும் சொன்னான். "கவுதமுக்குக் கல்யாணம்.." உதடுகள் துடிக்க தனது இருக்கையிலிருந்து எழுந்தவள் தடுமாறிக் கீழே விழுந்தாள். மாதங்களாய்ப் பேசாமல் இருந்தவள் பெருத்த குரலில் கதறி அழத் தொடங்கினாள்.

அவள் அழுது புலம்பினாள். தான் இத்தனை அன்பு காட்டியும் தன்னை நீங்கிப் போக வர்ணமேகத்தால் எப்படி முடிந்தது என அவளுக்குப் புரியவில்லை. அவளது நினைவுகளில் அம்மேகத்தின் ஞாபகங்கள் மட்டுமே மீந்திருந்தன. எங்கிருந்தாலும் அதனைத் தேடியடைய வேண்டுமெனக் கிளம்பியவள் கனவுகளில் கரைந்து போனாள். அவளை அதன் பின்பு யாரும் பார்க்கவேயில்லை.

பெருத்த மார்புகளையுடைய ஆணின் கதை

வாழ்நாளில் முதல் முறையாக விடுதியில் அறை எடுத்துத் தங்கியிருந்தான் திருக்குமரன். அவனுக்கு அத்தனை பரிச்சய மில்லாத ஊரில் பேருந்து நிலையத்தின் அருகாமையிலிருந்த விடுதியில் அறை எடுத்துக் கொண்டான். குளிரூட்டப்பட்ட அறை நல்ல விசாலமாக இருந்தது. இரண்டு மெத்தைகளை இணைத்து அதன் மேல் வெண்மையான பெட்ஷீட்டை விரித்திருந்தார்கள். படுக்கையை ஒட்டி சின்னதாக ஒரு டேபிள். அதன் மேல் ஆஷ்ட்ரே. தான் கொண்டு வந்திருந்த பெட்டியை டேபிளின் மீது வைத்துவிட்டு குளியலறைக்குள் நுழைந்தான். கழிவறைக்கோப்பை சுத்தமாக இருந்தது. கண்ணாடித் தடுப்புக்கு அந்தப் பக்கமாக ஷவருடன் கூடிய குளிக்கும் அறை. மேலே தொங்கும் டர்க்கி டவல். நகர்ந்து வந்து கண்ணாடியின் முன்னால் நின்றான். கிட்டத்தட்ட கண்ணாடியின் மொத்தப் பரப்பையும் அவனது உடல் நிறைத்திருந்தது. சீரற்ற வகையில் பொருட்களை இட்டு நிரப்பிய சாக்குப்பையினைப் போல அங்கங்கே பிதுங்கி நிற்கும் பருத்த உடல். எடைக்கற்களால் கட்டி இழுத்தது போல மார்புகள் உடலிலிருந்து தனித்து இருபுறமும் தொங்கிக் கொண்டிருந்தன. அவனுக்குள் ஆத்திரம் பொங்க ஏன் என்ற கேள்வி மூளைக்குள் சுழன்றடித்தது. சத்தமாகக் காறி உமிழ்ந்தான். கண்ணாடியின் மீது தெறித்த எச்சில் வரைபடத்தின் நதி போல தடமேற்படுத்திக்

கொண்டே வழிந்து கீழிறங்கியது. எத்தனை பணமிருந்தும் என்ன பிரயோஜனம். ஒரு கணம் கண்ணாடியை ஓங்கிக் குத்தி உடைத்து விடலாமா எனத் தோன்றியது. வேண்டாம். வெறுப்பை இதனிடம் காட்டக் கூடாது. எனக்கு ஒரு பெண் வேண்டும். அவள் யாராயிருந்தாலும் வரட்டும். என் கோபம் வெறி அத்தனையும் அவள் மேல் தீர்த்துக் கொள்வேன். உனக்கெல்லாம் திருமணம் செய்யும் ஆசை எதற்கு என நேரடியாகக் கேட்டவளின் முகம் நினைவுகளில் இடறியது. அவள் ஒருவள் வெளிப்படையாகப் பேசினாள். மற்றவர்கள் பேசாவிட்டாலும் அவர்களும் தங்கள் பார்வையால் இதைத்தான் உணர்த்திப் போனார்கள். அவன் முற்றிலுமாய் உடைந்து போனான். கார்காலத்திற்காக எறும்புகள் சிறுகச்சிறுக சேமிக்கும் தானியத்தைப் போல பால்யத்திலிருந்து தன் காதலிக்கான அன்பை அவன் சேமித்திருந்தான். ஆனால் அவளைத் தேடிக் கண்டடைவதில் அவன் தோற்றிருந்தான். அவனை நேரில் பார்த்த மறுகணம் பெண்களின் முகத்தில் உண்டாகும் அதிர்ச்சியும் ஏமாற்றமும் அவனால் தாங்கவியலாததாக இருந்தது. தன்னை முற்றிலுமாய்த் தோற்கடித்த பெண்களைப் பழிவாங்க வேண்டுமென உறுதி கொண்டவன் அதற்காகவே இந்த நகரத்தை வந்தடைந்தான். பெண்களை அமைத்துத் தரும் ஆள் ஒருவனிடம் தனது தேவையை சொல்லிவிட்டு காத்திருக்கத் தொடங்கினான்.

பரந்த பாலைவனத்தின் நடுவே அவள் அமர்ந்திருக்கிறாள். அவளை உற்று நோக்கியபடியே முன்பாக நின்றிருக்கிறது ஒரு கழுகு. அதன் முகம் அவளுக்கு வெகு பரிச்சயமானதொரு சாயலைக் கொண்டிருக்கிறது. அதன் கண்களுக்குள் கூர்ந்து பார்க்கிறாள். இப்போது கழுகின் முகம் அவளுக்கு மெல்ல மெல்ல புலப்பட ஆரம்பிக்கிறது. அது அவளது குழந்தையின் முகத்தினுடைய சாயலில் இருக்கிறது. அவள் அதனிடம் ஏதோ சொல்ல ஆசைப் படுகிறாள். ஆனால் வார்த்தைகள் உதடுகளிலிருந்து வெளியேற மறுக்கின்றன. அவள் பார்த்துக் கொண்டிருக்கும்போதே தனதிரு நீண்ட இறக்கைகளையும் திசைகளை அளக்கும்படியாக கழுகு விரிக்கிறது. கண்களில் அச்சம் பொங்க அவள் வேண்டாம் என்பதாய்த் தலையசைக்கிறாள். அவளது குறிப்புகளை உணராமல் கழுகு வானேறி பறக்கத் துவங்குகிறது பிரகாசிக்கும் ஆரஞ்சு நிறப் பந்தை நோக்கி. தகிக்கும் வெப்பம் கொஞ்சம் கொஞ் சமாய் அதிகரிக்க சூரியனை நெருங்கி வரும் கழுகின் சிறகுகள் மெழுகைப் போல உருக ஆரம்பிக்கின்றன. தரையிலிருந்து

பார்த்துக் கொண்டிருப்பவள் செய்வது ஏதுமறியாது துடிக்கிறாள். சிறகுகள் மொத்தமும் உருகிவிட பறக்க முடியாமல் கழுகு தரையை நோக்கி விழுகிறது. இவள் ஓடிச்சென்று அந்த சதைக்குவியலைத் தன் மடியில் ஏந்திக் கொள்கிறாள். கழுகின் முகம் இப்போது முழுமையாக குழந்தையின் முகமாக மாறியிருக்கிறது. பீறிடும் துயரத்துடன் அவள் கதறியழ ஆரம்பிக்கிறாள்.

லதாரஞ்சனி திடுக்கிட்டு விழித்துக்கொண்டாள். மனதுக்கு படபடப்பாக இருக்க சுற்றுமுற்றும் பார்த்தாள். முழுதாய் இருட்டின் ஆக்கிரமிப்பு. தான் எங்கிருக்கிறோம் என்பது அவளுக்கு சட்டென்று புலப்படவில்லை. குழப்பத்தில் கைகளைத் தலையின் மீது வைத்துக்கொண்டாள். சொதசொதவென வியர்த்திருக்க பின்னங்கழுத்திலும் ஈரமாக இருந்தது. சேலைத்தலைப்பினை எடுத்து துடைத்துக் கொண்டே தன்னிலைக்கு வர முயற்சி செய்தாள். இப்போது இருள் ஓரளவுக்கு கண்களுக்குப் பழகி இருந்தது. தனக்குப் பரிச்சயமான தனதறையில் தான் இருக் கிறோம் என்பதை உணர்ந்து கொண்டாள். மனதுக்கு ஆசுவாச மாய் இருந்தது. தான் சட்டென்று விழிக்கும்படியாக தொந்தரவு செய்தது என்ன என்று யோசித்தபோது கனவின் ஞாபகம் வந்தது. மீண்டும் அதனை யோசிக்க விரும்பாதவளாகத் தலையை வேகமாக சிலுப்பிக் கொண்டாள். முன்பெல்லாம் கனவுகள் வந்தாலும் விழிப்பு வந்தபின் அவை மறந்து போகும். ஆனால் சில நாட்களாகவே அவளுக்கு வரும் தீங்கனவுகள் எழுந்த பின்னும் நினைவில் இருக்கின்றன. அவளை நிம்மதியாக இருக்க விடாமல் தொல்லை செய்கின்றன. அந்தக் கனவுகள் அனைத்தும் அவளுடைய குழந்தை சார்ந்ததாகவே இருப்பது அவளை இன்னும் அதிகமாக பாதித்தது.

தலையை உயர்த்தி சுவரில் மாட்டியிருந்த கடிகாரத்தைப் பார்த்தாள். கரடியின் வயிற்றிலிருந்த ரேடியம் முட்கள் மணி ஏழாவதைச் சொன்னது. மெதுவாக எழுந்து விளக்குக்கான ஸ்விட்சைப் போட்டாள். பிறகும் இருட்டாகவே இருந்தது. மின்சாரம் இல்லாது போயிருக்கலாம். ஜன்னலைத் திறக்கலாமா என யோசித்தவள் பிறகு வேண்டாம் என்பதாக முடிவு செய்தாள். வாகனங்கள் ரோட்டில் போகும் சத்தம் கேட்டால் குழந்தை தூக்கத்திலிருந்து விழித்துக் கொள்வாள். அதோடு சத்தத்தைக் கேட்டால் தனக்கும் தலைவலி வரும் என சமாதானம் சொல்லிக் கொண்டாள். இருள் இப்போது முழுதாய் கண்களுக்குப் பழகி யிருக்க சமையலறைக்குள் சென்று மெழுகுவர்த்தியை எடுத்து

வந்தாள். தீப்பெட்டிக்குள் இரண்டு குச்சிகள் மட்டுமே இருந்தன. ஒன்றைப் பொருத்தி மெழுகுதிரியை ஏற்றினாள். மங்கலான மஞ்சள் நிற வெளிச்சம் அறையை நிறைக்க சுவரோரமாகச் சென்று சாய்ந்து அமர்ந்து கொண்டாள்.

வீடு என்று சொல்ல முடியாத சற்றே பெரிய அறைக்குள்தான் லதாரஞ்சனியின் மொத்தப் புழக்கமும். அதன் ஒரு ஓரத்தை தடுப்புச் சுவர் கொண்டு சின்னதாகப் பிரித்து சமையலறையாக்கி இருந்தாள். வெகு குறைவான பாத்திரங்கள் அதற்குள் அடுக்கி வைக்கப்பட்டிருந்தன. மீதமிருந்த அறையிலும் சொல்லிக் கொள்ளும்படியாக ஏதுமில்லை. ஒரு பெரிய பெட்டி, துணிகள் வைக்க. அவளுடையதும் குழந்தையினுடையதும். சுவரின் வலது பக்கம் ஆணியடித்து மாட்டப்பட்ட முகம் பார்க்கும் கண்ணாடி. அதனைச் சுற்றி சின்ன சின்ன சாந்துப்பொட்டுகள் ஒட்டியிருந்தன. சிலாபில் கொஞ்சமாய் அலங்கார சாதனங்கள், தினசரி உடுமாத்துக்கான துணிகள். கிட்டத்தட்ட எல்லாவற்றிலும் நூலாம்படை படர்ந்திருந்தது சில நாட்களாகவே அவள் எதையும் பயன்படுத்துவதில்லை என்பதைச் சொல்லிப் போனது.

உள்ளே வரும் கதவிலிருந்து சற்று உள்வாங்கியிருந்த இடத்தில் அறையின் இடது ஓரமாக உத்தரத்தில் இருந்த கம்பியில் தொட்டில் கட்டிப் போட்டிருந்தாள். எழுந்து சென்று மெலிதாக ஆடிக்கொண்டிருந்த தொட்டிலுக்குள் எட்டிப் பார்த்தாள். யாரையோ கொன்னு சொல்வதுபோல இடது கையின் ஆட்காட்டி விரல் மட்டும் நீட்டிக் கொண்டிருக்க குழந்தை அசந்து தூங்கிக் கொண்டிருந்தது. சிரித்துக் கொண்டாள். சேட்டைக் கழுதை. இவளை நல்லபடியாக வளர்க்க முடிந்தால் போதும். இப்படி நினைத்தவுடன் அவளது சிரிப்பு அழுகையாக மாறியது. காற்றிலாடிய தொட்டிலை கட்டிப்பிடித்துக் கொண்டாள். ஏன் எனக்கு மட்டும் இப்படி நடக்க வேண்டும். வாழ்க்கையின் ஒரே பிடிமானத்தையும் பறிகொடுத்துவிட்டு பைத்தியம் பிடித்தவளாய் அலைவதுதான் என் தலையெழுத்தா. அவளை மீறி அழுகை பெரும் சப்தத்துடன் வெடித்தது. சட்டென்று தன் கைகளால் வாயை மூடிக் கொண்டாள். சப்தம் கேட்டால் குழந்தை எழுந்து கொள்வாள். வாயை மூடியபடியே அங்கிருந்து நகர்ந்தாள்.

வெளியே சென்று வெகுநாட்கள் ஆகிவிட்டது அவள் நினைவுக்கு வந்தது. எல்லாவற்றுக்கும் ஒரு முடிவு வந்துதான் தீரும். இன்று கண்டிப்பாக போய் வர வேண்டும். தனக்குள்

சொல்லியபடியே எழுந்து கொண்டாள். குளிக்க வேண்டும் போல் இருந்தது. அறையின் ஓரமாகக் கிடந்த வாளியையும் டப்பாவையும் எடுத்துக் கொண்டு கதவைத் திறந்தாள். மெலிதான சத்தத்தோடு அது திறந்து கொண்டது. இவள் வெளியே வருவதற்கும் மின்சாரம் இல்லாமல் வாசலில் உட்கார்ந்து கதை பேசிக் கொண்டிருந்த பெண்களனைவரின் பார்வையும் இவள் மேல் ஒரே நேரத்தில் திரும்புவதற்கும் மிகச்சரியாக இருந்தது. எங்கிருந்து வந்ததெனத் தெரியாமல் வந்த மௌனம் சட்டென்று அனைவரையும் அணைத்துக் கொண்டது. தன்னை ஏன் இவர்கள் விசித்திரமாகப் பார்க்கிறார்கள் என யோசித்தபடியே அவர்களைக் கடந்து சென்று குளியலைறைக்குள் நுழைந்தாள். கதவைத் தாழிட்டபின்னும் வெளியே இருக்கும் பெண்கள் கிசுகிசுக்கும் குரலில் தன்னைப் பற்றித்தான் பேசிக் கொண்டிருப்பார்கள் எனத் தோன்றியது. குழாயைத் திறந்து விட்டாள்.

வாளிக்குள் விழுந்த சில்லென்ற தண்ணீர் மேலே தெறித்து உடம்பு கூசியது. வேக வேகமாக ஒரு டப்பா தண்ணீரை எடுத்து ஊற்றினாள். உஷ்ணமனைத்தும் வெளியேறுவதாய்த் தோன்ற சோப்பை எடுத்து உடம்பில் தேய்க்கத் தொடங்கினாள். முகத்திலிருந்து கீழிறங்கிய கை மார்பு மேடுகளில் வந்து நின்றது. பால் கட்டிக்கொண்டு கல் போல கெட்டித்துப் போயிருந்தன மார்புகள். இப்போதுதான் அவள் வலியை உணர்ந்தாள். மெல்ல தன் கைகளால் வலது மார்பினை அழுத்தினாள். காம்பிலிருந்து சிறு துளியாய் பால் வழிந்தது. உயிர் போவதான வலி. உடலில் வழிந்த நீரோடு பால்த்துளிகளும் கலந்தன. பொங்கும் அழுகையோடு மேலும் மேலும் அழுத்தத் தொடங்கினாள். பிஞ்சுக்கரங்கள் மாரைப் பற்றியிருக்க ஈர உதடுகள் அவள் மார்பை முட்டி உறிஞ்சின. நெஞ்சின் வலி குறையும்வரை இரு மார்புகளையும் அழுத்தி பாலை வெளியேற்ற ஓரளவு வலி குறைந்தது போலிருந்தது. வாளியில் இருந்து மீண்டும் தண்ணீரை அள்ளி உடம்பில் ஊற்றிக் கொண்டாள். குளித்து முடித்து நிமிர்கையில் கதவின் இடுக்கின் வழியே நிலா தெரிந்தது. சின்னதொரு இடைவெளிக்குப் பிறகு தான் பார்க்கிற நிலவின் வெளிச்சம். குழந்தைக்கு நிலாவைக் காட்டி கதை சொல்ல வேண்டும் என பிரியப்பட்டது நினைவுக்கு வந்தது. தேவை இல்லாதவற்றை எல்லாம் மறக்க முடிந்தால் வாழ்க்கை எத்தனை நன்றாக இருக்கும். அங்கேயே நின்று கொண்டிருக்க விரும்பாமல் குளியலறையில் இருந்து வெளியேறி தனது வீட்டை நோக்கி நடந்தாள்.

குழந்தை இன்னும் தூங்கிக் கொண்டிருந்தாள். தான் வெளியே சென்று திரும்பும்வரை அவள் தூங்கிக் கொண்டிருக்க வேண்டும். நடுவில் எழுந்து கொண்டு விடக்கூடாது. என்ன செய்யலாம் என யோசித்தவளுக்கு இருமல் மருந்தின் ஞாபகம் வந்தது. சிலாபின் மேல்தட்டில் கைகளை நுழைத்துத் துழாவ அந்த நீலநிற மருந்து பாட்டில் அகப்பட்டது. எடுத்துக் கொண்டு தொட்டிலினருகே வந்தாள். வர வர இது ரொம்ப அதிகமாகத் தூங்குகிறது. என்னை முழித்து பார்ப்பது கூடக் கிடையாது. அவளுக்குக் கோபமாக வந்தது. ஆனால் சட்டென்று தன்னைத்தானே சமாதானம் செய்து கொண்டாள். சின்னப்பிள்ளை. அதற்கென்ன தெரியும் பாவம். தொட்டிலுக்குள் கைகளை நீட்டித் தூக்கி மடியில் கிடத்தியவள் மருந்து சீசாவின் மூடியைத் திறந்து தனது வாய்க்குள் சரித்துக் கொண்டாள். குழந்தையின் வாயை சேலையின் முந்தனையால் துடைத்தாள். இனி பிரச்சினை இல்லை. குழந்தை நான் திரும்பி வரும்வரை தூங்குவாள். அவளுக்கு சமாதானமாக இருந்தது. குழந்தையைத் தூக்கி மீண்டும் தொட்டிலுக்குள் போட்டாள். அங்கிருந்து நகர்ந்து கண்ணாடி முன்பாக வந்தாள். மெலிதாகத் தன்னை அலங்காரம் செய்து கொண்டாள். வெளியேறும் முன்பாக மீண்டுமொரு முறை தொட்டிலை எட்டிப் பார்த்துக் கொண்டாள். கதவைப் பூட்டிக் கொண்டு கிளம்பி அவள் வெளியேறிப் போவதை அருகாமை வீடுகளில் இருந்தவர்கள் வெறித்துப் பார்த்துக் கொண்டிருந்தனர்.

மற்ற பையன்களைப் போலல்லாது தனது மார்புகள் பெரிதாயிருப்பதை திருக்குமரன் தெரிந்து கொண்டபோது அவனுக்கு பத்து வயதுதான் ஆகியிருந்தது. பள்ளியில் கூடப்படிக்கும் மாணவர்களோடு சேர்ந்து கன்னியாகுமரிக்கு போயிருந்தான். சுற்றுலாவின் ஒரு பகுதியாக அனைவரும் திற்பரப்பு நீர்வீழ்ச்சிக்கும் போயிருந்தார்கள். ஆண்கள் குளிப்பதற்காக ஒதுக்கியிருந்த பகுதியில் பையன்கள் எல்லாரும் விளையாடிக் கொண்டிருந்தார்கள். திருக்குமரன் தன் உடைகளைக் களைந்து விட்டு அருவிக்குள் இறங்கினான். அப்போது அருகிலிருந்த மாரி தான் இவனுடைய உடம்பை பார்த்து விட்டுக் கத்தினான். "இங்க பாருங்கடா.. இவனுக்கு நெஞ்சு பொம்பளப்புள்ள மாதிரி பெரிசா இருக்கு.." மற்ற பையன்களும் சேர்ந்து கொண்டு அவனைக் கிண்டல் செய்ய ஆரம்பித்தார்கள். திருக்குமரனுக்கு அசிங்கமாகப் போனது. இதுநாள் வரை அவன் தனது மார்புகள் பெரிதாயிருப்பதை உணர்ந்திருக்கவில்லை. இப்போது அவர்கள்

கார்த்திகைப் பாண்டியன் 51

சொன்ன பின்புதான் கவனித்தான். மற்ற பையன்களின் மார்புகள் தட்டையாய் வழிந்திருக்க இரண்டு மாங்கொட்டைகளை உள்ளே வைத்துத் தைத்த பை போல அவனுடைய மார்புகள் மட்டும் வித்தியாசமாகத் தெரிந்தன. விசயம் பெண் பிள்ளைகளிடமும் பரவிவிட இவனைப் பார்க்கும் போதெல்லாம் அவர்கள் தங்களுக்குள் குசுகுசுவெனப் பேசி சிரித்துக் கொண்டார்கள். சுற்றுலாவிலிருந்து திரும்பி வந்த மறுநாள் பள்ளிக்குப் போக மறுத்து விட்டான். அதன்பிறகு அவனது அப்பா கெஞ்சிக் கூத்தாடி அவனை பள்ளியில் கொண்டுபோய் விட்டு வந்தார். இவன் சமாதானமாகாமல் அடம்பிடித்து மருத்துவரிடம் சென்று பார்த்தபோது அவரும் இதில் கவலைப்பட ஒன்றுமில்லை எனச் சொல்லிவிட ஊதிப்பெருத்த மார்புகள் குறித்த கவலைகள் அவனது நினைவுகளை முழுதாய் அபகரித்துக் கொண்டன.

குமரனின் வகுப்பில் படிப்பவர்களில் அசோக்தான் பெரியவன். நல்ல உயரம். அடர்த்தியான கருப்பு நிறம். பார்க்கும் யாருக்கும் அவன் பெரிய ஆம்பிளை என்றுதான் எண்ணத் தோன்றும். உண்மையில் எட்டாம் வகுப்பு படிக்க வேண்டியவன். ஆனால் மூன்று முறை வெவ்வேறு வகுப்புகளில் பெயிலாகி இவர்களோடு ஐந்தாம் வகுப்பு படித்து வந்தான். வகுப்பில் எப்போதும் கடைசி பெஞ்சில் உட்காருபவன். எதற்காகவும் யாரோடும் ஒத்துப்போகாதவன். அவன் வைத்ததுதான் வகுப்பில் சட்டம் என்பதான நிலை. கேள்வியேதும் கேட்டால் தங்களை அடித்து விடுவான் என்று மாணவர்கள் எல்லோருக்கும் அவனைக் கண்டால் பயம். ஆசிரியர்களுக்கும் அவனைக் கண்டால் எரிச்சல்தான் வரும். ஆனால் அந்தச் சுற்றுலாவிற்குப் பிறகு தானாக குமரனோடு நெருங்கி வந்து பழகத் தொடங்கியிருந்தான். இத்தனை நாட்களாய் தன்னை யாரென்று கூட கண்டு கொள்ளாத ஒருவன் சட்டென்று தன்னோடு நட்பாக விரும்புவது குமரனுக்கும் புரியாத ஒன்றாகத்தான் இருந்தது. ஆனால் மற்ற பையன்கள் தன்னைக் கிண்டல் செய்யாதிருக்க வேண்டுமென்றால் அசோக் தன்னோடு இருப்பது தான் நல்லது என்பதை உணர்ந்து கொண் டான். வகுப்பில் அவனுடைய இடமும் கடைசி பெஞ்சுக்கு மாறியது.

மாரியம்மாள் மிஸ்ஸின் அறிவியல் வகுப்பு நடந்து கொண்டி ருந்தது. குமரனுக்குப் பிடித்த வெகு சில ஆசிரியர்களில் ஒருவர். இவன் ஆர்வமாகப் பாடம் கவனித்துக் கொண்டிருந்தபோதுதான் அந்த சத்தம் கேட்டது. என்னவென்று மெதுவாகத் திரும்பிப்

பார்த்தான். அருகில் அமர்ந்திருந்த அசோக மெதுவாக இவனைப் பார்த்துச் சிரித்தபடி தனது கால்சராயின் ஜிப்பைக் கழற்றிக் கொண்டிருந்தான். எதற்காக இவன் ஜிப்பைக் கழற்றுகிறான்? இங்கேயே எதுவும் ஒண்ணுக்கு இருக்கப் போகிறானோ? குமரன் குழப்பமாய் பார்த்துக் கொண்டிருக்க அசோக் தனது கருத்த நீண்ட குறியை வெளியே எடுத்து அதனைத் தடவிக் கொடுக்க ஆரம்பித்திருந்தான். குமரனுக்கு அதிர்ச்சியாக இருந்தது. தனது குறி எப்போதும் தொய்ந்து கிடக்க எப்படி இவனது குறி மட்டும் இப்படி விரைப்பாய் நிற்கிறது? அவன் கண்கள் மெலிதாகக் கிறங்கிக் கிடக்க தனது குறியை வேகமாக அசைத்துக் கொண்டிருந்தான். பயத்தோடு அவனையே பார்த்துக் கொண்டிருந்தவனை மிஸ்ஸின் குரல் கலைத்தது. "திருக்குமரன்.. இங்க பாடத்தை கவனிக்காம அங்க என்ன பார்த்துக்கிட்டிருக்க." எதிர்பாராது அகப்பட்டுக் கொண்ட திருடனைப் போல எழுந்து நின்றவன் வாயில் வந்ததை சொல்லி சமாளித்து விட்டு அமர்ந்தான். திரும்பிப் பார்த்தபோது அசோக் இவனையே பார்த்து சிரித்துக் கொண்டிருந்தான்.

அன்று மாலை வகுப்புகள் முடிந்த பிறகு அசோக் இவனைக் கூட்டிக் கொண்டு பள்ளியின் பின்புறம் போனான். யாரும் பயன்படுத்தாத சாமான்களைப் போட்டு வைத்திருக்கும் அறை. இப்படியொரு இடம் பள்ளிக்குள் இருப்பதே குமரனுக்கு இப்போது தான் தெரியும். மனதுக்குள் மெலிதாய் முளைக்க ஆரம்பித்திருந்த பயத்தோடு உள்ளே நுழைந்தான். மூத்திர நாற்றம் வீசிய அறைக்குள் காலின் ஷூக்களுக்கு அடியில் உடைந்த கண்ணாடிச் சில்லுகள் நொறுங்கின. முகத்தைச் சுழித்தபடி இருட்டுக்குள் தட்டுத் தடுமாறி நடந்து போனான். அங்கே ஏற்கனவே மூன்று பேர் இருப்பது புலப்பட்டது. பெரிய வகுப்பில் படிக்கும் பையன்கள். அவர்கள் எல்லோரும் அசோக்கின் நண்பர்கள் என்பதை இவன் புரிந்து கொண்டான். "நான் சொல்லல.. நம்ம பிரெண்டு.. இவந்தாண்டா.." அசோக் சொல்ல அவர்கள் இவனைப் பார்த்து சிரித்தார்கள். இவனுக்குக் குழப்பமாக இருந்தது. எதற்காக இங்கே வந்திருக்கிறோம் என்பது தெரியாமல் நின்றிருந்தான். "துணியக் கழட்டுடா.." இவன் நடப்பது எதுவும் புரியாமல் என்ன செய்வதென்கிற குழப்பத்தோடு நிற்க அவர்களில் ஒருவன் இவனை நெருங்கி வந்தான். என்னவென்று உணர்வதற்குள் பளாரென்று கன்னத்தில் அறை விழுந்தது. கண்களுக்குள் பூச்சி பறக்க கன்னத்தைத் தடவியபடியே சட்டையைக் கழட்டினான். அருகில் நின்றிருந்தவன் ஆசையாக இவனது மார்புகளைத்

கார்த்திகைப் பாண்டியன்

தடவிப்பார்த்தான். “நெஜமாவே சூப்பரா இருக்காண்டா..” சொல்லிக்கொண்டே குமரனைக் கீழே தள்ளினான்.

அவர்களில் இருவர் நெருங்கி வந்து குமரனைத் திருப்பி குப்புறப் போட்டு அவனது உடைகளை உருவினார்கள். அசோக் கீழே கிடந்தவனின் முன்பாக வந்து அமர்ந்து கொண்டான். அவனுடைய முகம் கடுமையாக இறுகியிருந்தது. திமிறி அலற முற்பட்டவனின் வாயைத் தன் கைகளால் பொத்தினான். “சத்தம் போட்ட கொன்றுவேண்டா தாயளி..” பின்னால் நின்றிருந்தவன் தனது ட்ரவுசரைக் கழற்றி குறியை வெளியிலெடுத்துக் கொண்டு கிழே கிடந்தவனின் கால்களின் நடுவே அமர்ந்தான். அவனுடைய கைகள் குமரனுடைய இடுப்பை அணைத்து முன்னேறி அவனது மார்புகளை இறுகப்பற்றின. உயிரனைத்தும் உறிஞ்சுவதுபோல வலி குமரனின் உடம்பில் பரவியது. பின்னாலிருந்தவன் இவனது குதப்பிளவில் வேகமாக இயங்க ஆரம்பித்தான். வாயினை இறுக்கிய கைகளை மீறி அலறவும் முடியாதவனுடைய கண்களில் கண்ணீர்த்துளிகள் தேங்கி நின்றன. சிறிது நேரத்தில் முதலாமவன் எழுந்து கொள்ள இன்னொருவன் குமரனுடைய கால்களின் நடுவில் அமர்ந்தான்.

மூன்றாவதாய் இருந்தவனும் தனது வேலையை முடித்துக் கொண்டு அசோக்கை பார்த்து இளித்தபடி எழுந்தான். வாயை மூடியிருந்த கைகளைத் தளர்த்திக் கொண்டவன் எழுந்து குமரனின் முன்பாக நின்றான். பேசவும் முடியாமல் வார்த்தைகள் குழறலாய் வெளிவர தரையில் புரண்டு கொண்டிருந்தவனை நிமிர்த்தினான். குமரன் கண்களில் வலியோடு நிமிர்ந்து பார்த்தான். தன்னைப் போக விடும்படியான இரைஞ்சல் அந்தக்கண்களில் தேங்கி நின்றது. அசோக் அவனைப் பார்த்து விகாரமாக இளித்தான். தன் கைகளை குமரனின் இடுப்பில் நுழைத்து திருப்பிப் படுக்க வைத்தான். அறையின் கூரையை வெறித்த குமரனின் கண்களில் பயம் இன்னும் அதிகமானது. சத்தம் போட முயற்சி செய்தும் வார்த்தைகள் வரவில்லை. அசோக் அவனது இடுப்பில் ஏறி சவுகரியமாக அமர்ந்தான். மற்றவர்கள் இப்போது அவனைப் பார்த்து விசமமாகச் சிரித்தார்கள். அவர்களைப் பார்த்து சிரித்துக்கொண்டே தனது கைகளால் இவனுடைய மார்புகளைக் குவித்துப் பிடித்து அதன் பிளவில் தனது குறியைச் செலுத்தி இயங்க ஆரம்பித்தான். சிறிது நேரத்தில் பிசுபிசுவென எதுவோ வெள்ளையாக தன் மார்பில் கிடப்பதை உணர்ந்தான் திருக்குமரன். வெளியே சொன்னால் அடித்தே கொல்வோம் என்றும் தாங்கள்

54 மர நிறப் பட்டாம்பூச்சிகள்

கூப்பிடும்போதெல்லாம் அவன் வர வேண்டும் எனவும் எச்சரித்த பின் அவர்கள் அங்கிருந்து கிளம்பிப் போனார்கள். நெஞ்சில் தெறிக்கும் வலியோடும் கண்களை முட்டும் கண்ணீரோடும் குமரன் எழுந்தான். அன்றோடு அவன் பள்ளிக்குச் செல்வது நின்று போனது.

எல்லாரிடம் இருந்து தன்னை வேறுபட்டவனாகக் காட்டும், முதுகின் பின்னால் ஏளனச் சிரிப்புகளை உதிர்க்கச் செய்யும் மார்புகளை அவன் முற்றிலுமாய் வெறுக்கத் தொடங்கியிருந்தான். தான் விரும்பாத தனது மார்புகளை உடலில் இருந்து அறுத்தெறிய முடியாதென்பது குமரனைப் பெரிதும் வதைத்தது. அவற்றை நீக்க முடியாதென்றாலும் மார்புகள் பெரிதாகத் தனித்து தெரியாமல் இருக்க என்ன செய்வதென்பதுதான் இப்போது அவனுக்கு முன்பிருந்த மிகப்பெரிய கேள்வியாக இருந்தது. வெகுவாக யோசித்தபின்பு இறுதியாக அந்த முடிவுக்கு வந்தான். நிறைய சாப்பிட்டு ஆள் பெருத்து விட்டால் மார்புகள் பெரிதாயிருப்பது தெரியாது. இப்படியாகத்தான் அவன் சாப்பிடத் தொடங்கினான். கண்ணில் பட்ட எதையும் விடாமல் சாப்பிட்டான். உண்டு பெருத்து சதைக்கோளமென மாறி அவற்றினூடாக மார்புகளைத் தொலைத்து விட வேண்டும் என்பது மட்டுமே அவனது ஒரே எண்ணமாய் மாறிப்போனது. உறங்கும் நேரம் தவிர்த்து எந்நேரமும் எதையாவது சாப்பிட்டுக் கொண்டே இருந்தவனின் உருவம் அவன் நினைத்ததைப் போலவே பருக்கத் தொடங்கியது. காற்றால் நிரம்பும் ஊதற்பையென பெருத்துக் கொண்டே வந்தவன் சில வருடங்களில் வேறொரு ஆளாக மாறிப்போனான்.

நாகராஜின் வீட்டுக்குள் நுழைந்தபோது அவளுடைய வருகையை அவன் எதிர்பார்த்திருக்கவில்லை. பிள்ளை இறந்த பத்து நாட்களில் அவள் மீண்டும் தொழிலுக்கு வருவாள் என்பதில் அவன் நம்பிக்கையற்றிருந்தான். ஆனால் அவள் வந்து சேர்ந்ததில் அவனுக்கும் மனதுக்குள் சொல்ல முடியாத மகிழ்ச்சி தான். புதிதாய் வந்தவனொருவன் லாட்ஜில் தங்கியிருப்பதாகக் கேள்விப்பட்டு போய்ப் பார்த்தவன் அதிர்ந்து போனான். நான்கு ஆட்களை ஒன்றாய்ச் சேர்த்து வைத்துக் கட்டியது போலிருந்தான் அந்த ஆள். அவன் தனக்கென ஒரு பெண்ணை ஏற்பாடு செய்யச் சொல்ல என்ன செய்வதென்று தெரியாமல் யோசனையில் இருக்கும்போதுதான் லதாரஞ்சனி வந்திருந்தாள். போக வேண்டிய இடத்தை அவளிடம் சொல்லி பார்த்து நடந்து கொள்ளும்படியும் கேட்டுக் கொண்டான். அவள் இது மாதிரியான பலரைப்

பார்த்தவள் என்பதால் எப்படியும் சமாளித்துக் கொள்வாள் எனும் தைரியமும் அவனுக்கு இருந்தது. அவள் கிளம்பும்போது பேசிய மற்ற சில வார்த்தைகள்தான் அவனைக் குழப்பத்தில் ஆழ்த்தியது. அன்றைய தினத்துக்கான வருமானத்தை உறுதி செய்ததற்காக நன்றி சொன்னவள் வீட்டில் குழந்தை தனக்காகக் காத்திருப்பதாகச் சொல்லிவிட்டுக் கிளம்பியபோது அவள் என்ன சொல்கிறாள் எனப் புரியாமல் பார்த்தபடி நின்றிருந்தான் நாகராஜ்.

பேருந்து நிலையத்தின் முன்பாக வந்து நின்ற ஷேர் ஆட்டோவிலிருந்து லதாரஞ்சனி இறங்கினாள். நாகராஜ் கொடுத்திருந்த முகவரிச்சீட்டு அவள் கைகளுக்குள் இருந்தது. ஹோட்டல் ராம் விலாஸ். அறை எண்.312. வந்திருப்பவன் என்ன மாதிரி ஆளாக இருப்பான் எனும் எண்ணம் அவளுக்குள் ஓடிக் கொண்டிருந்தது. யோசித்தபடியே டவுன்ஹால் ரோட்டை வந்தடைந்திருந்தாள். அருகிலிருந்த தியேட்டரில் மாலைக்காட்சி முடிந்து மக்கள் கூட்டமாக வெளியேறிக் கொண்டிருந்தார்கள். கூட்டத்தில் கடந்து போனவர்களில் ஒருவன் இவளைப் பார்த்து மெலிதாகச் சிரித்தான். ஏற்கனவே இவளைத் தெரியும் என்பதான சிரிப்பு. பதிலுக்கு இவளும் சிரித்துவிட்டு சந்துக்குள் திரும்பி நடக்கத் தொடங்கினாள். ஹோட்டலின் பெயரெழுதிய பெரிய பலகை கண்களில் தென்பட்டது. உள்ளே நுழைந்தவள் வரவேற்பின் பக்கம் பார்க்காமல் நன்கு பழகிய இடத்தில் நடமாடுவது போல பொறுமையாக நடந்து சென்று லிப்டுக்குள் ஏறிக் கொண்டாள். மூன்றாவது தளத்தில் இறங்கி சொல்லப்பட்டிருந்த அறையின் முன்பாக நின்று அழைப்பு மணியை அழுத்தினாள். கதவைத் திறந்தவனைக் கண்டு ஒரு கணம் அதிர்ந்து போனாள்.

அவனுடைய முகம் மிகத் தடிமனாக இருந்தது. தார்ப்பாலினால் இழுத்து வைத்து இறுக்கி தைத்தது போன்ற முகம். கழுத்து இருக்கும் பகுதியே தெரியவில்லை. கழுத்தின் கீழ் அகலமாக ஆரம்பித்த உடம்பு இடுப்பினருகே குடை முளகாய் போல விரிந்து விசித்திரமாக இருந்தது. அந்த உடம்புக்கு சற்றும் பொருந்தாத குச்சியான கால்கள். இதுதான் எனச் சொல்லும்படியான எந்த வடிவத்துக்குள்ளும் அடங்காத அந்த உருவம் அவளை சற்றே பயம் கொள்ளச் செய்தது.

வெளியில் நிற்பவள் தன் உருவத்தைக் கண்டு பயந்து போய் நிற்கிறாள் என்பதைத் திருக்குமரன் சடாரென்று உணர்ந்து

கொண்டான். அவளை ஓங்கி அறையவேண்டும் போலத் தோன்றியது. அவசரம் கூடாது. அவள் முதலில் உள்ளே வரட்டும். கதவிலிருந்து விலகி நின்றான். அவள் குறிப்பறிந்து உள்ளே வந்தாள். கதவைச் சார்த்தி விட்டு வருவதற்குள் அவள் கட்டிலின் மீது சென்று அமர்ந்து கொண்டாள். இப்போது வெளிச்சத்தில் அவளால் அவனுடைய முகத்தை நன்றாகப் பார்க்க முடிந்தது. ஆளின் பருமனை மீறி அதில் ஒரு குழந்தைத்தனம் ஒளிந்திருந்தது. சற்றே படபடப்பாகவும் பதட்டமாகவுமிருந்தான். கண்டிப்பாக இது அவனுக்கு முதல் முறையாகத்தான் இருக்க வேண்டும். அவனை நிமிர்ந்து பார்த்து மெலிதாகச் சிரித்தாள். "எதுக்கு சிரிக்கிற.. சீக்கிரமா சேலையைக் கழட்டு.." அவன் வார்த்தைகளில் இருந்த கடுமை அதை அவன் சொன்ன விதத்தில் இல்லை. அவள் நிதானமாகத் தன் சேலையைக் களையத் தொடங்கினாள்.

நிமிர்ந்தபோது அவள் முன்பாக அவன் நிர்வாணமாக நின்றிருந்தான். அவனது முகத்தில் ஆர்வத்தையும் அவசரத்தையும் தாண்டி தன்னை நிர்வாணமாகப் பார்ப்பவளின் எதிர்வினை என்னவாக இருக்கும் எனும் எதிர்பார்ப்பே பெரிதாக இருந்தது. அவனை உற்றுப் பார்த்தவள் சிரிக்கத் தொடங்கினாள். மிகப் பெரிய பூசணிக்காயின் முனையிலிருக்கும் சிறிய காம்பினைப் போல பருத்த அவன் வயிற்றின் கீழாக அவனுடைய குறி மிகச் சிறியதாகத் தொங்கிக் கொண்டிருந்தது. அவள் உரத்து சிரிக்கத் தொடங்கினாள். அவள் சிரிப்பாள் எனத் துளியும் எதிர்பார்த்திராதவன் கோபம் கொண்டு அவளது கன்னத்தில் ஓங்கியறைந்தான். சிரிப்பு ஒருகணம் உறைந்து நின்றது. உதட்டில் ரத்தம் கசிவதை அவள் உணர்ந்தாள். ஆனால் அவன் அறைந்தது அவளுக்குத் தன் குழந்தை அடிப்பதை நினைவுறுத்தியது. அந்தக் கைகளின் தொடுகை அவளைக் கிளர்த்தியது. மீண்டும் சிரிக்கத் தொடங்கியவளை வினோதமாகப் பார்த்தவன் அவளருகாமையில் நெருங்கி வந்து நின்றான். அவள் முகத்துக்கு நேராக அவனது குறி இருந்தது. தான் என்ன செய்ய வேண்டுமென ஆசைப்படுகிறான் என்பது அவளுக்குப் புரிந்தது. இருந்தும் அவனை சீண்ட விரும்பினாள். தன் முகத்தை அவனது குறியினருகே கொண்டு சென்றவள் சட்டென விலக்கிக் கொண்டாள். அந்தக் கணத்துக்காகக் காத்து நின்றவன் பதறிப்போனான். "ரொம்ப நாறுது.. போய்க் குளிச்சிட்டு வா.." அவனுக்கு ஆத்திரமாக வந்தது. மீண்டும் அவளை ஓங்கி அறைந்தான். எதுவுமே நடவாதது போலவும் அவன் தன்னை அடித்தது குறித்து எந்தவொரு உணர்ச்சியும்

காட்டாமலும் கட்டிலின் மீது அமர்ந்து கொண்டாள். அவளிடம் கடுமையாக வேறேதும் பேச மாட்டாது அவன் குளியலறைக்குள் நுழைந்தான்.

வெதுவெதுப்பான தண்ணீர் ஷவரிலிருந்து அவன் மீது விழுந்து கொண்டிருந்தது. இப்போது அவனுக்குத் தன் மீதே கோபமாக வந்தது. நான் ஏன் அவள் சொல்வதைக் கேட்டுக் கொண்டிருக்கிறேன். நான் அந்தப் பெண்ணை அவமதிக்க வேண்டும். என்னை அலட்சியம் செய்திட்ட அத்தனை பெண்களுக்கு பதிலாகவும். ஆனால் அது என்னால் முடியுமா எனத் தெரியவில்லை. தனக்குள் உரையாடியபடி அவன் வெளியேறி வந்தான். அவள் கட்டிலின் மீது கண்களை மூடி நிர்வாணமாகப் படுத்திருந்தாள். மார்புகள் தளர்ந்து தொங்கிப் போயிருந்தன. மார்புகளைக் கண்டவுடன் இவன் ஆத்திரம் கொண்டான். வேகவேகமாகச் சென்று தனது பையினை எடுத்தான். அதற்குள் இந்த தினத்துக்காகவே இவன் சேகரித்து வைத்திருந்த பொருட்களை எடுத்து வெளியே வைக்கத் தொடங்கினான். சத்தம் கேட்டு அவள் கண்விழித்துப் பார்த்தாள். கட்டிலின் முன்பாக அவன் வைத்திருந்த பொருட்களைப் பார்த்து ஆச்சரியம் கொண்டாள். சாட்டை. நீண்ட இரும்புக்கழி. வளைந்த கைப்பிடி கொண்ட கத்தி. ஒருகணம் அவளுக்கு ஆச்சரியமாக இருந்தது. அவளால் அவனோடு இத்தகைய செயல்களைப் பொருத்திப் பார்க்கவே முடியவில்லை. என்றாலும் அவளுக்குத் தெரிந்து போனது. இந்த இரவு மிக நீண்டதாக இருக்கப்போகிறது. ஆனாலும் அவன் மீது அவளுக்கு எந்த வருத்தமும் இல்லை.

அவன் சாட்டையைக் கையில் எடுத்துக்கொண்டு அவளை நெருங்கி வந்தான். அதற்குத் தயாராயிருப்பவளைப் போல அவள் திரும்பி தன் முதுகினை அவனுக்குக் காட்டியபடி படுத்துக் கொண்டாள். இந்த அடி கண்டிப்பாக அவளைக் கோபம் கொண்டு வெகுண்டெழச் செய்யும். அவன் சாட்டையை வீசினான். சாட்டை சுளீரென அவள் முதுகில் இறங்கியது. வலி அவளது உடலின் அத்தனை நரம்புகளிலும் உணர்ந்து தெறித்தது. அலற இருந்தவள் அதனைக் கட்டாயமாக நிறுத்திக்கொண்டு அவனைத் திரும்பிப்பார்த்தாள். குழந்தை ஆர்வமாய் அவள் முகத்தைப் பார்த்திருந்தது. இவளுக்கு ஆனந்தம் பொங்கியது. தன் பிள்ளையை அவனில் மீண்டும் கண்டடைந்திருந்தாள். முகம் சந்தோசப்பரவசத்தில் தழும்பியது. அவன் திடுக்கிட்டான். ஏன் எனக்கு மட்டும் இப்படி நிகழ்கிறது. இவள் இப்போது கதறியழ

வேண்டியவள். என் காலடியில் வீழ்ந்து என்னை மன்னித்து விடு எனக் கதற வேண்டியவள். தன்னைக் கட்டுப்படுத்திக் கொள்ள முடியாது அவன் இன்னும் அதிகக் கோபத்தோடும் விசையோடும் அவளை அடிக்கத் தொடங்கினான். ஏதேனும் ஒருகணம் அவளை முற்றிலுமாய் தன்னிடம் சரணடைய வைக்கும் என அவன் நம்பினான். ஆனால் அவனது ஒவ்வொரு அடிக்கும் அவள் எதுவும் நடவாதது போல சிரித்துக் கொண்டேயிருந்தாள்.

அவன் வெறி கொண்டவனாய் சாட்டையை வீசியெறிந்தான். கட்டிலின் மீது தாவி ஏறி அவள் மீது அமர்ந்தான். அவனது மொத்த பாரமும் அவளது உடலின் மீதாகக் கிடந்தது. அவள் எதையும் உணராதவள் போல கண்கள் கிறங்கித் தனக்குள் பேசிக் கொண்டிருந்தாள். அவனது பார்வை அவளது மார்பில் குத்தி நின்றது. வெறி கொண்டவனாக அவளுடைய மார்புகளைப் பிடித்துக் கசக்கவும் கடிக்கவும் செய்தான். அவள் சந்தோசத்தில் முனகினாள். குழந்தை அவளது மார்பில் தன் செல்லப்பற்களால் கடித்து உறிஞ்சுகிறது. மார்பிலிருந்து கசியத் தொடங்கிய துளிகள் அவன் முகத்தில் வழிந்தோடின. அதிர்ச்சியடைந்த குழந்தை அவளிடமிருந்து விலக முற்பட்டது. சன்னதம் கொண்டவள் போல அவள் அவனைத் தன் மார்போடு அணைத்துக் கொண்டாள். எத்தற்காகவும் தன் பிள்ளையை இழக்க அவள் தயாராயில்லை. தன் உயிரனைத்தும் அதற்கெனத் தர அவள் சித்தமாய் இருக்கிறாள். அவனது முகம் அவளுடைய மார்பில் புதைந்து கிடக்க குழறலாக வெளிவந்த வார்த்தைகளில் அவள் அவனைக் கொஞ்சினாள். அவளது வார்த்தைகள் அவனை மீள முடியாத கருந்துளைக்குள் வீசியெறிந்தன.

இதற்கு மேலும் தாங்க முடியாது என்றொரு தருணத்தில் அவளை விட்டு விலகி தரையில் சென்று அமர்ந்தான். உடல் நடுங்கிக் கொண்டிருந்தது. தன்னால் எந்தவொரு பெண்ணையும் வென்றெடுக்க முடியாதென்பதை அவன் உணர்ந்திருந்தான். பயத்திலும் ஆத்திரத்திலும் உடல் இன்னுமதிகமாக நடுங்க ஆரம்பித்தது. தன்னை முழுதாய்த் தொலைத்தவனாக சத்தம் போட்டு அழ ஆரம்பித்தான். அவள் கட்டிலில் இருந்து கீழே இறங்கி அவனருகே சென்று அமர்ந்தாள். தாயின் கருணை நிரம்பிய விழிகள் குழந்தையைப் பார்த்து சிரித்தன. ஆதரவாய்த் தன் கைகளால் குழந்தையின் தலையைத் தடவிக்கொடுத்தாள். தன் துயரமனைத்தும் மறந்து அவன் அவளது மடியில் படுத்துக் கொண்டான்.

இதற்கு மேலும் தாங்க முடியாது என்றொரு தருணத்தில் அவளை விட்டு விலகிப் போனவன் கத்தியைக் கையிலெடுத்தான். கட்டிலின் மீது அவள் தன்னிலை மறந்து புலம்பிக் கொண்டிருந்தாள். அவளருகே சென்று அமர்ந்தவன் கத்தியின் கூரிய முனையை அவளது வலது மார்புக்காம்பின் மீது வைத்து அழுத்தினான். பால் வழிந்து கொண்டிருந்த மார்பிலிருந்து இப்போது ரத்ததின் முதல் துளி வெளிப்பட்டது. வலியை உணராதவளாய் அவள் கண்கள் மூடி புலம்புவதைத் தொடர்ந்திருந்தாள். அவன் ஆயுதத்தை இன்னும் ஆவேசத்தோடு அழுத்த அவள் சட்டென்று கண்களைத் திறந்தாள். வலி தாளாது அலற முற்பட்டவளின் வாயை அவன் தன் கையால் இறுகப் பொத்தினான். மற்றொரு கரத்தால் அவளது மார்பினை கரகரவென அறுக்கத் தொடங்கினான். மார்புகள். என் வாழ்வை என்னிடமிருந்த முழுதாய்ப் பறித்துக் கொண்ட மார்புகள். அவள் முகத்தைப் பார்க்காது கண்களை இறுக மூடியபடி அவன் அவளது மார்பை அறுத்துக் கொண்டிருக்க எதிர்ப்பைக் கைவிட்டிருந்தவளின் திறந்திருந்த கண்களின் வழியே கண்ணீர் மட்டும் வழிந்து கொண்டிருந்தது. பாலும் ரத்தமும் கலந்த புதியதொரு திரவம் படுக்கையை முழுதாய் நனைத்தது. வலது மார்பை அவன் அறுத்து முடிக்கையில் லதாரஞ் சனி செத்துப் போயிருந்தாள். தனது செயலின் தீவிரம் புரிய திருக்குமரனுக்கு சற்று நேரம் ஆனது. அவளுடைய உடலை மெதுவாக அசைத்துப் பார்த்தான். எந்த எதிர்ப்புமில்லை. அவள் சர்வநிச்சயமாக செத்துப் போயிருந்தாள். நடுக்கத்தோடு முதல் முறையாக அவன் அவளது முகத்தை உற்றுப் பார்த்தான். உதடுகளில் சின்னதொரு புன்னகை தேங்கியிருக்க கண்கள் அமைதியில் உறைந்திருந்தன. அந்தக் கண்களின் அமைதி இனி வாழ்நாள் முழுதும் அவனைத் துரத்தியபடி இருக்கும். மெதுவாக எழுந்து கொண்டவன் அவளருகே படுக்கையில் கிடந்த கத்தியை எடுத்துக்கொண்டு குளியலறைக்குள் நுழைந்தான்.

மர நிறப் பட்டாம்பூச்சிகள்

1

At any street corner the feeling of absurdity can strike any man in the face

- Albert Camus

2

பூமியே, என் இரத்தத்தை மூடிப் போடாதே, என் அலறலுக்கு மறைவிடம் உண்டாகாதிருப்பதாக.

யோபு (16:18)
பரிசுத்த வேதாகமம்

பெருத்த சப்தத்தோடு நடைமேடையில் வந்து நின்றது மின்சார ரயில். சிதறிய பாதரசத்துளிகளென வண்டியிலிருந்து உதிர்ந்த மனிதர்களோடு தானும் இறங்கியவன் பயணத்தின்போது அருகிலிருந்தவனிடம் போக வேண்டிய இடத்தின் வழியை விசாரித்து அறிந்திருக்க இடப்புறமிருந்த படிகளில் வேகமாய் ஏறினான். முன்னும் பின்னுமாய் பிதுங்கிய கூட்டத்தில் உடைகள் பெரும்பாலும் கசங்கி செல்லுமிடத்தில் தனக்குக் கிடைக்கக்கூடிய மரியாதை குறித்த பயம் மனதில் தோன்றி மறைந்தது. எதிரில்

மோதும்படியாய் வந்தவர்களைத் தவிர்த்து படியிறங்கியவனின் கண்களில் தட்டுப்பட்டான் கடைசிப் படியில் ஓரமாய்க் கிடந்த சிறுவன். இரண்டு கால்களும் சூம்பிப்போய் கையெல்லாம் கொப்புளங்களோடு தன் முன்பாக விரிக்கப்பட்டிருந்த தார்ப் பாலினில் விழுந்து கிடந்தவனின் வாயிலிருந்து முனகலாய் வெளி வந்தன வார்த்தைகள். அவனுக்கு ஏதாவது தர வேண்டுமென பர்சைத் துழாவிட இவனிடம் ஆறு ரூபாய் மட்டுமே சில்லறை யாக இருந்தது. கிளம்பும்போது சில்லறை இல்லை என்பதற்காக கவுண்ட்டரில் டிக்கெட் கிழிப்பவன் தன்னைத் திட்டியது நினைவில் வர திரும்பிப் போகையில் தேவைப்படுமென காசுகளை மீண்டும் பர்சுக்குள் வைத்து நகர்ந்தான். இவன் ஏதும் தரக்கூடும் என ஆர்வமாகத் தலையை சாய்த்தபடி பார்த்திருந்த சிறுவன் தராமல் நகரத்தொடங்க பெருத்த குரலில் ஐயா ஐயா எனக் கதற ஆரம்பித்திருந்தான். சாலையில் பறந்து கொண்டிருந்த வாகனங்களின் ஓசையில் மற்றவனின் கதறல் தேய்ந்து போக காது கேளாதவனாய் அங்கிருந்து நழுவி சாலையிலிறங்கி பிளாட்ஃபாரத்தின் ஓரமாய் நடந்தான் இவன்.

நகரின் மிகப் பிரதானமானதான சாலையில் இடது ஓரமாய் அரண்மனை போன்ற கட்டிடம் பிரமாண்டமாய் நின்றிருந்தது. உள்ளே நுழைவதற்கான கேட்டினருகே மரப்பலகையொன்றில் அடர்த்தியான மஞ்சள் நிறப் பின்னணியில் ரத்தச்சிவப்பில் செதுக்கப்பட்டிருந்தது அந்த மூன்று நட்சத்திர விடுதியின் பெயர். இவன் தனக்கு மிகவும் விருப்பமான பால்யத்திலிருந்து கனவாய் மட்டுமிருந்த அந்தப்பெயரினை திரும்பவும் மனதுக்குள் உச்சரித்தபடியே உள்ளே நுழைந்தான். கேட்டிலிருந்து விடுதி இருந்த இடம் வரைக்கும் சிவப்பு நிற அறுகோண வடிவிலான அலங்காரக் கற்கள் பதித்த நடைபாதையின் இருபுறமும் முனையில் மஞ்சள் பூத்திருந்த வெகுசீராய் வெட்டப்பட்ட குரோட்டன்ஸ் செடிகள் அலங்கரித்தன. வாகனம் ஏதுமின்றி சாதாரணமாய் உடையணிந்து உள்நுழைபவனை வினோதமாகப் பார்த்தான் வாயிலைக் காத்து நின்றவன். காவலன் தன்னிடம் ஏதும் விசாரிக்கக்கூடும் என அஞ்சி இவன் தன்னிடமிருந்த அழைப்பிதழை எடுக்க முற்பட்டான். இவன் கையிலிருக்கும் அழைப்பிதழைக் கண்டவுடன் விரிக்க வேண்டாம் என்பதாய் சைகை செய்த மற்றவன் பணிவுடன் குனிந்து போக வேண்டிய திசையைச் சுட்டினான். இவனுக்குப் பெருமிதமாய் இருந்தது. அருகாமையின் நடமாட்டம் உணர்ந்தியங்கும் தானியங்கிக் கதவுகள்

மர நிறப் பட்டாம்பூச்சிகள்

இவன் உள்நுழைந்தவுடன் மீண்டும் மூடிக் கொண்டன.

மிக நீண்ட கூடத்தின் முற்பகுதியில் இப்போது இவன் நின்றிருந்தான். நடுவில் எங்கும் தூண்கள் இல்லாமல் இத்தனை பெரியக் கூடத்தை நிர்மாணிக்க எப்படிச் சாத்தியமானது என்பதும் கூடத்தை நிரப்பும் மென்மஞ்சள் நிற வெளிச்சம் எங்கிருந்து வழிகிறது என்பதும் ஆச்சரியமாய் இருந்தது. காற்றில் இருந்த சில்லிப்பு அந்தக்கூடம் முழுமையும் குளிரூட்டப்பட்டிருப்பதை இவனுக்குத் தெரிவித்தது. கூடத்தின் முன்புறத்தில் வட்ட வடிவ மேசைகளும் அவற்றைச் சுற்றி இருக்கைகளும் போடப்பட்டிருந்தன. வெளிறிய சாம்பல் நிற வண்ணத்தாள்கள் ஒட்டிய இடதுபுறச் சுவரின் நடுப்பகுதிக்கு நெருக்கமாக ரிசப்ஷன் தென்பட்டது. அடர்நீல சொகுசு நாற்காலிகளில் அமர்ந்து வெள்ளை நிறச் சட்டையும் சிவப்பு நிற டையும் அணிந்த இரண்டு ஆண்கள் கணிணியில் ஏதோ ஆராய்ந்து கொண்டிருந்தார்கள். அவர்கள் பெரும்பாலும் கறுப்பு நிறக் கால்சராய்தான் அணிந்திருக்க வேண்டும் என இவன் தனக்குள் சொல்லிக் கொண்டான். ரிசப்ஷனிலிருந்து சற்று விலகி ஓரமாய் அமைந்திருந்த கல்மேடையின் மீது செவ்வக வடிவில் பெரிய மீன்தொட்டியொன்று இருந்தது. விளிம்பில் கறுப்பு நிறச் சட்டங்களும் இளநீலம் பாய்ந்த கண்ணாடிச் சுவர்களும் கொண்ட தொட்டிக்குள் முகமூடியணிந்த மனிதனின் கூடையிலிருந்து நீர்க்குமிழிகள் கிளம்பிய வண்ணமிருந்தன. அந்த விடுதியை நன்மையையும் செல்வத்தின் வரவையும் உறுதி செய்வதாய் ஆகிருதியாய் நீளவாக்கில் வளர்ந்திருந்த ஆரஞ்சு வண்ண மீன் தொட்டிக்குள் தனது தனிமையின் நிழலில் அலைந்து கொண்டிருந்தது.

ரிஷப்சனுக்கு நேரெதிரே இருந்த வலப்புறச் சுவரை சட்டமிடப் பட்ட வர்ண ஓவியங்கள் அலங்கரித்தன. அடர்மஞ்சள் மரங்களி னூடாகத் துள்ளிக் குதிக்கும் புள்ளிமான்கள். நெடிய மரத்தின் கீழ் உதிர்ந்த மஞ்சள் இலைகள். சிறு ஓடையாய்ப் பிரவகித்து சரேலெனச் சரிந்து அருவியாய் வழிந்தோடும் நீல ஆறு. பச்சையம் பொங்கும் தாமரை இலைகளால் தன் அந்தரங்கம் மறைத்து நிற்கும் நிர்வாணப் பெண். வீழ்ந்து கிடக்கும் செந்நிற அடிமரத்தின் மீதேறிக் குதிக்கும் கரடிகள். பால் வண்ணத்தில் பொழியும் வெளிச்சத்தினுள் ஒற்றையடிப்பாதையில் தன் நாய் பின்தொடர தனிமையில் நடந்து போகும் மனிதன். தனித்தனியாய்ப் பிரித்து ஒழுங்கின்றி அடுக்கப்பட்ட ஒரு வனத்தின் காட்சிகள். அவன் வலப்புறமிருந்த ஓவியங்களைப் பார்த்தபடி நடந்தபோது அவை

முடியுமிடத்தில் சற்றே உள்வாங்கிக் கீழிறங்கிய படிகளைக் காண முடிந்தது. மனித டிஎன்ஏவின் வடிவில் சுழன்று சுழன்று கீழிறங்கிய படிக்கட்டுகள். அதன் வழியே பயணித்து தரைத்தளத்தின் விசேச நிகழ்வுகளுக்கான பிரத்தியேக அறைக்கு வந்து சேர்ந்தான். சிவனின் சடையிலிருந்து சீறிப் புறப்படும் பாம்புகளென அவ்வறையின் கூரை முழுதும் வியாபித்திருந்த சாண்டிலியர் விளக்கின் விழுதுகள் இவனை மிரளச் செய்தன. ஆட்களின் நடமாட்டம் ஏதுமின்றி வெறுமை நிரம்பிய கூடத்தின் மூன்று பக்கச்சுவர்களில் சாம்பல் நிற அலங்கார வண்ணத்தாள்கள் ஒட்டப்பட்டிருந்தன. ஒருபுறம் மட்டும் பாசம் படிந்த பச்சை நிறக் கண்ணாடிகளின் வழி விடுதியின் வெளிப்புறத்தைப் பார்க்கும்படி அமைக்கப்பட்டிருந்தது. அதன் பின்பாக ஒரு செயற்கை அருவியும் செடிகொடிகள் படர்ந்த சின்னதொரு வனமும் தென்பட்டன. இவன் அதனைப் பார்த்துக் கொண்டேயிருக்க அருவி வீழும் ஓசை மிகுந்த ஆவேசத்தோடு கண்ணாடியை மீறி காதுகளில் கேட்கத் தொடங்கிய தருணத்தில் அரண்டு போனவனாக மீண்டும் படிகளேறி மேலே வந்தான்.

இடப்புறச் சுவரும் வலப்புறச் சுவரும் முற்றுப்பெறும் கூடத்தின் பிற்பகுதியில் சற்றே உள்வாங்கி இருந்தது மதுபானக்கூடம். வண்ண பாட்டில்களில் உயர்ரக மதுவகைகள் பிரமிட் வடிவில் ஒன்றின் மேல் ஒன்றாக அடுக்கப்பட்டு மின்னிக் கொண்டிருந்தன. இருவர் மட்டுமே உள்நுழையும்படியான அரைக்கோள வடிவ மேசையின் இந்தப்புறம் சாய்மானம் ஏதுமற்ற சுழலும் வட்ட வடிவ இருக்கைகளில் ஆட்கள் யாரும் இருக்கவில்லை.

கூடத்தின் இடப்புறம் ரிசப்ஷன். வலப்புறச் சுவரின் ஓவியங்கள். அதன் பின்புறமிருந்த மதுபானக்கூடம். தரைத்தளத்தின் கண்ணாடி வனம். முன்புறத்தில் கிடந்த வட்ட வடிவ இருக்கைகள். இவை யாவையும் இணைக்கும் சிவப்பு நிற தரைக்கம்பளங்களும் கூடம் முழுமையும் விரவி நிற்கும் மஞ்சள் வெளிச்சமும். இவன் கம்பளத்தில் மெதுவாக நடந்து வட்ட வடிவ மேசையொன்றை நெருங்கி அருகிலிருந்த இருக்கையில் அமர்ந்தான். மரநிறத்தில் மேலுறைகள் அணிவிக்கப்பட்ட சமீபத்தைய மோஸ்தரிலான இருக்கைகளில் ஒன்றுள் முழுவதுமாய்த் தன்னைப் புதைத்துக் கொண்டு அண்ணார்ந்து பார்த்தான். அரைக்கோள வடிவிலிருந்த கூரையில் பால்வெளி படமாய்த் தீட்டப்பட்டிருந்தது. சூரியனைச் சுற்றும் கிரகங்களும் பூமியைச் சுற்றும் நிலவும். இப்பிரபஞ்சம் முழுமையும் ஒரே கூரையின் கீழ் தன் கண்பார்வைக்குள்

மர நிறப் பட்டாம்பூச்சிகள்

அடங்கிக் கிடப்பதாய் உணர்ந்தவனுள் வாழ்வில் முதல் முறையாக இப்படியானதொரு இடத்துக்கு வந்திருக்கும் குதூகலம் மனமெங்கும் நிரம்பியிருந்தது.

சற்றே தலையைத் தாழ்த்தியவனின் கவனம் தன் எதிரிலிருந்த இருக்கையில் படிந்தது. அங்கிருப்பதே தெரியாமல் அமர்ந்திருந்தது ஒரு பட்டாம்பூச்சி. அந்த இருக்கையின் நிறத்தைத் தனக்குள்ளாக வரித்துக் கொண்டிருந்த மர நிறப் பட்டாம்பூச்சி. சிறகுகளை மெல்ல அசைப்பதைக் கொண்டே அதனிருப்பை அவனால் அறிய முடிந்தது. இருக்கையின் நிறத்துள் தன்னைத் தொலைத்திருந்த அது வனத்தை பிரதிபலிக்கும் ஓவியத்திலிருந்து தப்பி வந்திருக்குமோ என இவன் மனம் ஒருகணம் குழப்பம் கொண்டது. பின்பு அவ்வாறு யோசித்ததற்காகத் தனக்குள் சிரித்துக் கொண்டான். அப்போதுதான் சட்டென அவனுக்கு அது உரைத்தது. அந்தப் பட்டாம்பூச்சி அவன்தான். உண்மையின் கைப்பைத் தாங்க மாட்டாது வேறெங்கோ கவனத்தை திருப்ப முயலுகையில்தான் அவளைப் பார்த்தான்.

ஒரு பிங்க் நிற தேவைதையெனக் கூடத்துக்குள் அவள் பிரவேசித்தாள். கைகளில் ஏந்தியிருந்த டிரேயில் சில வெள்ளை நிறப்பந்துகள் இருந்தன. அவள் ஒவ்வொரு இருக்கையாக சென்று அந்தப் பந்தினை சின்னதொரு புன்னகையோடு மேசை மேலே வைத்துவிட்டு நகர்ந்தாள். இவனிருக்கும் மேசை நோக்கி வந்தவளை இப்போது இவனால் தெளிவாகப் பார்க்க முடிந்தது. அவள் அத்தனை நிறமாக இருந்தாள். சின்னதாய் வட்ட வடிவில் கூம்பிய முகம் ஏனோ இவனுக்கு ஜுராசிக் பார்க்கின் கழுத்து நீண்ட டினோசரின் முகத்தை நினைவுபடுத்தியது. புருவங்கள் இணையுமிடத்தில் இருப்பதே தெரியாமல் சின்னதாய் ஒரு பிங்க் நிறப்பொட்டு வைத்து அதன் மேலே மெலிதாய் சந்தனக் கீற்றிட்டிருந்தாள். அணிந்திருந்த பிங்க் நிறச் சேலைக்குப் பொருத்தமாக அதே நிறத்தில் சதுர வளையங்களைக் கையிலும் காதுகளிலும் அணிந்திருந்தாள். மிக மெலிதாயிருந்த சேலை அவளது வளைவுகளைத் துல்லியமாகக் காட்டியது. ஒல்லியான உடம்புக்குச் சற்றும் பொருந்தாத பெருத்த உருண்டையான மார்புகள். நாபிச்சுழியும் ஒட்டி வளர்ந்திருந்த பூனை முடிகளையும் இவனால் பார்க்க முடிந்தது.

நெருங்கி வந்தவள் சிரித்தபடியே ஒரு வெள்ளைப்பந்தினை இவனது மேசையிலும் வைத்தாள். அது ஒரு மெழுகுதிரி என்பதை

இவன் புரிந்து கொண்டான். டென்னிஸ் பந்தின் அளவிருந்த மெழுகு உருண்டைக்குள் மேற்பகுதி தோண்டி எடுக்கப்பட்டு திரியினை வைத்திருந்தார்கள். அடிப்பாகம் மேசையின் மீது வைக்கும் வகையில் தேய்த்து சமன் செய்யப்பட்டிருந்தது. நிமிர்ந்தவளின் கையிலிருந்த மெழுகுதிரிக்களின் சுடர்கள் அவளது தெளிந்த முகத்தில் நடனமாடியபடி இருந்தன. அவளது கீழுதட்டின் ஓரமாய் இருந்த மரு பிங்க் நிறமாய் ஒளிர்ந்து பின்னர் கறுப்பாய் மாறியது. அவள் சிரித்தபடியே அங்கிருந்து விலகினாள். அவள் தலையில் சூடியிருக்கும் ரோஜாவும் பிங்க் நிறமுடையதாயிருக்கும் என இவன் உற்று நோக்கினான். ஆனால் அது மஞ்சள் நிறம் கொண்ட பூவாகயிருந்தது. விலகியவள் அருகிலிருந்த மற்றொரு மேசைக்கு செல்வதையும் அங்கிருந்த முதிய மனிதன் அவளது கன்னத்தைக் கிள்ள முயற்சி செய்ய சிரித்தபடி அவள் விலகிப் போனதையும் இவன் பார்த்தபடி இருந்தான்.

மேசைகளை நீங்கிப்போனவள் எல்லா இருக்கைகளுக்கும் மெழுகுதிரிகள் வைக்கப்பட்டதை உறுதி செய்வதாகச் சுற்றிப் பார்த்தாள். அவளது முகத்திலிருந்த புன்னகை மறைந்து போயிருந்தது. வேகவேகமாக ரிசப்ஷனுக்குப் போனவள் கைப்பையைத் தேடியெடுத்து அதனுள்ளிருந்து ஒரு பேப்பர் சுற்றிய பொட்டலத்தை எடுத்து கொண்டு நகர்ந்தாள். ரிசப்ஷனின் ஓரமாக நடந்துபோய் மதுக்கூடத்தின் அருகிருந்த கழிவறைக்குள் சென்று அவள் சார்த்திக்கொள்ள அந்தக் கூடமெங்கும் இப்போது குருதியின் வாசம் கசியத் தொடங்கியது.

3

"தேசந்தோறும் மதங்கொண்டவர்களான புருஷர்கள் புருஷர்களோடு பரிஹஸிக்கும்படியாக அன்யோன்யம் சிற்றின்பத்தில் பற்றுதலுள்ளவர்களாகி மகிழ்கின்றனர்" (மகாபாரதம் பாகம் 6. கர்ணபர்வம். பக்.157. வரி 8,9,10 சல்லியன் கர்ணனிடம் கூறுகின்றான்)

பின்மதியப்பொழுதின் அமைதியில் ஆழ்ந்து கிடந்தது மைய நூலகம். எல்லாவற்றிலும் இருந்து விலகி சற்றே நிச்சலனமாய் அறிந்த முகங்களைக் காண விரும்பாதவனாக இவன் நூலகத்துக்கு வந்து சேர்ந்திருந்தான். முன்னறையின் மேசை மீதாக சில நாளேடுகளும் வார இதழ்களும் கிடந்தன. எதையும் லட்சியம்

செய்யாமல் அதிகமாய் ஆள் நடமாட்டமில்லாத ஒதுங்கின இடமாய் இவன் ஒரு இருக்கையைத் தேடி அமர்ந்தான். மனம் ஒரு சுழலுக்குள் சிக்கியிருந்தது. இரண்டு தினங்களுக்கு முன்பாகத்தான் இவன் தனது காதலியை முதல் முறையாகப் புணர முயன்று தோற்றிருந்தான்.

வீட்டில் எல்லோரும் திருவிழாவுக்கு சொந்த ஊருக்குப் போக அலுவலக வேலைகள் இருப்பதாய் இவன் பின்தங்கினான். வீட்டுக்கு வரச்சொல்லிக் கேட்டபோது இவனைக் காதலித்தவள் எந்தத் தயக்கமும் இன்றி சம்மதித்தாள். பூங்கா திரையரங்கம் ஒதுக்குப்புறமான பகுதிகள் எனப் பொதுவிடங்களில் சந்திக்கும் போதெல்லாம் முத்தமிடக் கூட அனுமதித்ததில்லை என்ற சூழலில் அவள் உடனே ஒத்துக்கொண்டதை இவன் எதிர்பார்த்திருக்க வில்லை வேண்டாம் என அவள் மறுப்பதும் தான் கெஞ்சுவதுமென நீண்ட நாடகத்துக்குத் தயாராயிருந்தவன் அவளது சம்மதத்தால் சமன்குலைந்து போனான். தான் கேட்க வேண்டும் என்பதாய் அவள் வெகு நாட்களாகக் காத்திருந்தாளோ என சந்தேகம் கொண்டது மனம்.

அன்றைய தினம் காலையில் வேலைக்குப் போவதாய்ச் சொல்லிக் கிளம்பியவள் எட்டு மணிக்கெல்லாம் இவன் வீட்டுக்கு வந்து சேர்ந்தாள். அக்கம் பக்கம் யாரும் பார்க்கவில்லை என்பதை உறுதி செய்துகொண்டு இவன் அவளை உள்ளே அழைத்து வந்தான். வெளிப்பக்கமாக கதவைத் தாழிட்டு உள்ளே வந்தவனை அவள் ஆவேசமாக ஓடிவந்து கட்டிக் கொண்டாள். இவனும் அவளை இறுகத்தழுவி உவர்ப்பாயிருந்த ஈர உதடுகளில் முத்தினான். உள்ளறைக்கு அழைத்துச் சென்று மெத்தையை விரிப்பதை அவள் பார்த்தபடி நின்றிருந்தாள்.

"என்னப்பா.. ஏற்பாடெல்லாம் பலமா இருக்கு.. கல்யாணத்துக்கு முன்னாடி லிமிட் தாண்டக்கூடாது.. சரியா.."

மெதுவாய் அவளை இழுத்து படுக்கையில் கிடத்தியவன் சேலை கசங்கிவிடும் என்பதாய்ச் சொல்ல அவள் அதனைக் கழற்றி தலைமாட்டில் வைத்தாள். மலையாளப்படங்களில் மட்டும் இவன் பார்த்திருந்த கோலத்தில் சட்டை பாவாடையோடு அமர்ந்திருந்தவள் இவனுடைய கைகளை எடுத்து தன் மார்பின் மீதாக வைத்தாள். உடையினை மீறி அவளது மார்புகள் துடிப்பதை இவனால் உணர முடிந்தது. ஆடைகள் ஏதுமின்றி அவளது

மார்புகளைப் பார்க்க விரும்புவதாகச் சொன்னான். அவள் அவனை நெருங்கி கன்னத்தைக் கடித்து காதுக்குள் சொன்னாள்.

“என்னைக்குன்னாலும் நான் முழுசா உங்களுக்குத்தான்பா.. எடுத்துக்கோங்க.. ஆனா கடைசியா செய்றது மட்டும் வேண்டாம்..”

அவன் இன்னதென்று புரியாமல் தலையசைத்தபடி அடர் நீலத்தில் அவள் அணிந்திருந்த சட்டையைக் கழட்டினான். வெள்ளை நிற உள்ளாடைக்குள் மார்புப் பிளவுகள் தெரிந்தன. பார்வையின் தீவிரம் தாளாது அவள் இவன் மீது சாய்ந்து இறுகக் கட்டிக் கொண்டாள். மெதுவாய் அவளை அணைத்தபடி படுக்கையில் சாய்த்தான். கைகளை விரித்து கண்கள் செருகிக் கிடந்தவளின் அக்குளில் அடர்த்தியாய் முடி வளர்ந்திருந்தது இவனுக்கு சங்கடமாக இருந்தது. அவள் கைகளில் முத்தமிட்டபடி தோளினை நெருங்கையில் அக்குளின் வியர்வை வாடை முகத்திலடிக்க சட்டென விலகி இடையினில் முகத்தைப் பதித்தான். தன் பக்கமாய்த் திருப்பி அவளது முதுகினைத் தடவியவன் இறுக்கமாயிருந்த உள்ளாடையின் ஹூக்கினைக் கண்டடைந்தான்.

“மெல்ல.. அத்துடாதீங்க..”

அவன் ஹூக்கினை விடுவித்தபடி அவளைத் தன்னிடமிருந்து விலக்கினான். அவளது மார்புகளை இப்போது முழுதாய்ப் பார்க்க முடிந்தது. சேலையின் வளைவுகளில் உடையணிந்து பார்த்ததைக் காட்டிலும் அவளுடைய மார்புகள் மிகப்பெரிதாய் மரக்கிளையில் தொங்கும் பெரிய தூக்கனாங்குருவிக்கூடுகள் போல பருத்துத் தெரிந்தன. மார்புகளின் முனையில் துருத்திய மிகப்பெரிய மச்சமென இருண்டிருந்த காம்புகள். மிகுந்த ஆர்வத்தோடு தனது கைகளை அவளது மார்பின் மீது வைத்தவன் குளிர்ந்த பனிப்பாளம் ஒன்றினைக் கைகளால் பற்றுவதாய் உணர்ந்தான். கொஞ்ச நேரம் அப்படியே இருந்தும் அவனால் வேறு எதையும் உணர முடியவில்லை. சற்றே பெருத்த சதைக்கோளங்கள். அவளது இடை கை கால்கள் என உடம்பின் மற்ற பகுதிகளைத் தீண்டுவது போலத்தான் இதுவும் இருந்தது. இதற்குத்தானா இத்தனை ஆர்ப்பாட்டமும்?

முதல் முறையாகப் பெண்ணின் மார்புகளைத் தொடுகிறோம்

எனும் கிளர்ச்சி வடிந்து அடுத்து என்ன செய்வது எனும் சந்தேகமே மீதமாய் இருந்தது. இத்தனை நாட்களாய் ஊடகங் களும் அவன் படித்த கதைகளும் உண்டாக்கி இருந்த மாயை ஒன்றுமில்லை என்பதாய் ஆகிப்போனது. மார்புகளை சற்றே தனது கரங்களால் வருடியபடி இருக்க அவள் கண்கள் செருகி முனகிக் கொண்டிருந்தாள். சற்று நேரம் கழித்து அவள் மீதாகக் குனிந்து வலது மார்பில் தனது உதடுகளைப் பதித்தான். மாற்றத்தை உணர்ந்து கண்களை சிறிதாய்த் திறந்து பார்த்தவள் மெல்லிய குரலில் உளறினாள்.

"அது நம்ம பிள்ளைக்கு மாமா.."

முன்னேறிச் சென்று அவள் உதடுகளைக் கவ்விக் கொண்டான். உடல்கள் உரச இருவரும் இறுக்க அணைத்தபடி முயங்கிக் கிடந்தனர். உன்மத்தம் தலைக்கேறியதொரு கணத்தில் அவள் இவனது காதுகளில் கிசுகிசுத்தாள்.

"ஒரே ஒரு தரம் செய்யலாமா மாமா.."

இவன் அவளிடமிருந்து விலகி தனது உடைகளைக் களைந்து நிர்வாணமாய் நின்றான். அவள் இவனது நிர்வாணம் தனக்குள் எந்தவொரு சங்கடத்தையும் உண்டு பண்ணவில்லை என்பதுபோல இயல்பாகக் கிடந்தாள். இவனுக்கு மூச்சு முட்டியது. அவளது பதட்டமின்மையும் இயல்பான ஒத்துழைப்பும் இவனுக்குள் பல சந்தேகங்களைக் கிளப்பியிருந்தன. எதுவும் பேசாமல் அவளது உடைகளைக் களைந்தான்.

அடர்த்தியாய் முடி நிரம்பிய அவளது யோனிக்கு அருகே தனது குறியினைக் கொண்டு போனபோது உடல் ஒருமுறை அதிர்ந்து அடங்கியது. அவளுட் புகுமுன்பாகவே இவனது ஆண்மை அடங்கிப் போயிருந்தது. குழம்பியவனாய் கீழே பார்க்க அவளது யோனிமேட்டில் முடியின் மீது வெள்ளைப்பிசினாக இவனது விந்து தேங்கி நின்றது. கால்களின் நடுவே செத்த எலியென காற்றிழந்த ஊதற்பையாய் சுருண்டு துவங்கிக் கிடந்த சதைத்துண்டை வெட்டியெறியலாம் என்றிருந்தது. பல வருடப் பழக்கம் அல்லது முதல் முறை எனும் பயம் எது தன்னை வீழ்த்தியது எனக் கேள்விகள் ஆயிரமாயிரம் புழுக்கள் நெளிவதாய் மூளை குழம்பியது. புரண்டு அவளருகே அமைதியாய்ப் படுத்துக் கொண்டான்.

ஆர்வமாய் நெருங்கியவன் சுனங்கிப் போனதன் காரணம் புரியாமல் அவள் என்ன என்பதாய் இவனது முகம் பார்த்தாள். இவன் தனது விரல்களால் அவளது யோனியை உரசத் தொடங்கி னான். அவள் இவனது கைகளை விலக்கியவளாக நீங்க செய்ங்க மாமா என்றாள். இவன் தனது கரங்களால் மீண்டும் தனது உறுப்பை எழுப்ப முயன்றும் எந்தப் பலனுமில்லை. நீ ஏதும் முயற்சி பண்றியா என குற்றம் படிந்த குரலில் அவளிடம் கேட்டான். அவள் ஏதும் பேசாமல் எழுந்து கழிவறைக்குள் சென்றாள். உடைகளை மாற்றிக் கொண்டு திரும்பியவள் தான் அலுவலகத்துக்குச் செல்வதாகச் சொல்லிக் கிளம்பினாள்.

பயமும் பீதியும் பாடாய்ப்படுத்த இவன் தூக்கமின்றி தவித்த அந்த இரவில் ஏழு முறை கரமைதுனம் செய்தான். நிஜத்தில் இவனை ஏமாற்றம் கொள்ளச் செய்த அவளது பெருத்த முலைகளும் யோனியும் அக்குள் முடியும் நினைவுகளில் மிகுந்த கிளார்ச்சியைத் தந்தன. ஒவ்வொரு முறையும் அவன் வார்த்தை களால் விவரிக்க முடியாத உச்சத்தை அடைந்தான். விந்தோடு சேர்த்து சிறிது ரத்தமும் வெளிவந்த ஏழாவது முறைக்குப் பின்பு அசந்து தூங்கிப்போனான்.

அதன் பிறகான இரண்டு நாட்களும் அவளிடமிருந்து எந்த அழைப்பும் இல்லை. தயங்கியபடியே இவன் அழைத்தபோதும் அலைபேசி ஸ்விட்ச் ஆஃப் ஆகியிருந்தது. தனது இயலாமையும் காதலின் தோல்வியும் நெஞ்சை அழுத்த எங்கேனும் அமைதியாய் உட்காரலாம் என நூலகத்துக்கு வந்திருந்தான்.

கண்கள் மூடி யோசித்தவன் கண்களைத் திறந்தபோது இன்னொருவன் எதிரே அமர்ந்திருந்தான். அவனது முகத்தில் பெண்மையின் சாயல் நிரம்பி இருந்தது. கண்கள் இவன் மீதாக நிலைகுத்தி இருந்தன. வெகு சிரத்தையாக உடையணிந்து கால்களில் பிரவுன் நிற உட்லாண்ட்ஸை மாட்டியிருந்தான். அவனிடமிருந்து கவனத்தைத் திருப்ப வேண்டி இவன் தனக்கு எதிரிலிருந்த புத்தகத்தைக் கையில் எடுத்துக் கொண்டான். மனம் எழுத்துகளில் ஒன்றாதபோதும் படிப்பவனைப் போல பாவனை செய்யத் தொடங்கினான்.

சிறிது நேரம் கழித்து புத்தகத்தை சற்றே விலக்கியபோது அவன் இன்னும் தன்னையே உற்றுப்பார்த்துக் கொண்டிருப்பது தெரிந்தது. எதற்காக தன்னைப் பார்க்கிறான் எனக் குழம்பிக்

கொண்டிருக்கும்போதே மற்றவன் எழுந்து இவனருகில் கிடந்த இருக்கையில் அமர்ந்து கொண்டான். இவனது பதட்டம் கூடியிருந்தது. கையிலிருந்த புத்தகத்தின் எழுத்துகள் கண்முன் ஆவியாகிப் பறக்கத் தொடங்கியிருந்தன.

இவனது பீதி உச்சத்தை எட்டியபோது அருகிருந்தவன் தனது கையினை இவனது தொடை மேல் வைத்தான். அவன் தன்னிடம் எதிர்பார்ப்பது என்ன என்பது இவனுக்குப் புரிந்து போனது. இளம்பிராயத்தில் தியேட்டரில் யாருமில்லாத இடத்தில் அமர்ந்து திரையில் அவிழ்ந்து கிடந்த நடிகையினைப் பார்த்து கரமைதுனம் செய்து கொண்டிருக்கையில் நெருங்கி வாய் போடலாமா எனக் கேட்ட நடுத்தர வயதினனை ஓங்கியறைந்த சம்பவம் மனதுக்குள் வந்து போனது. தனக்கு விருப்பமில்லை என்பதைச் சொல்வதாக அவனது கைகளைத் தட்டி விட்டான். அவன் அதைச் சட்டை செய்யாமல் மீண்டும் இவனது தொடையில் கைவைத்தான். இவன் அவனை நிமிர்ந்து பார்த்தான். அந்தக் கண்களில் ஒரு இறைஞ்சல் இருந்தது. இவன் வெடுக்கென அங்கிருந்து எழுந்து இரண்டு இருக்கைகள் தள்ளி அமர்ந்து கொண்டான். அவன் ஏக்கத்துடன் தன்னைப் பார்த்தபடி இருந்தது தெரிந்தது. ஆனால் கண்டு கொள்ளாதவன் போல கையில் ஒரு புத்தகத்தை எடுத்து வாசிக்கத் தொடங்கினான். சற்று நேரம் இவனையே பார்த்தபடி அமர்ந்திருந்தவன் எழுந்து உள்ளறைக்குள் போனான்.

உள்ளே சென்று அவன் என்ன செய்கிறான் என்பதைப் பார்க்கலாம் என மனம் ஆசை கொண்டாலும் அமைதியாய் அமர்ந்திருந்தான் இவன். சிறிது நேரத்தில் உள்ளறையில் இருந்து தட் தட் எனச் சத்தம் பலமாய்க் கேட்க ஆரம்பித்தது. இவன் பயந்து போனவனாய் எழுந்து உள்ளே ஓடினான். இவனிடம் கருணையை யாசித்து நின்றவன் மேசை மீது சாய்ந்திருக்க நான்கைந்து பேர் அவனைப் போட்டு அடித்துக் கொண்டிருந்தனர். உள்ளே ஓடிவந்த சத்தம் கேட்டு இவன்புறமாய்த் திரும்பியவன் சொன்னான்.

"புக்கு படிச்சுக்கிட்டு இருந்தேன் சார்.. திடீர்னு பக்கத்துல உக்கார்ந்து தொடைல கைய வச்சுட்டான் தாயோளி.. இதுக் குன்னே அலையுறானுங்க சார் தேவுடியா பயலுக.."

இவன் அதிர்ந்தவனாய் மேசை மீது சாய்ந்து கிடந்தவனைப் பார்த்தான். அவனும் இவனையே பார்த்தபடி இருந்தான். கண்கள்

இவனது கண்களுக்குள் உற்று நோக்கியபடி இருக்க அவனது உதடுகளில் தேங்கியிருந்தது புன்னகையொன்று. பழி வாங்கிய பெருமிதம் நிரம்பிய அந்தக் கண்களைப் பார்க்க மாட்டாமல் இவன் அங்கிருந்து வெளியேறினான்.

4

பேருந்து மெல்லமாக ஊர்ந்து கொண்டிருந்தது. இறங்கும் இடத்திலிருந்த படிகளின் அருகே இவன் நின்றிருந்தான். இவனை ஒட்டி இருந்த இருக்கையில் ஒரு சிறுமியும் அவளது அம்மாவும் அமர்ந்திருந்தார்கள். அந்தச் சிறுமிக்கு அதிகபட்சமாய் பனிரெண்டு வயதிருக்கலாம். அரக்கு நிறத்தில் சட்டையும் சந்தன நிறத்தில் பாவாடையும் அணிந்து வெகு சுவாரசியமாகத் தனது தாயிடம் பேசியபடி வந்தாள். இவன் நின்றிருந்த கோணத்தில் இருந்து அவளது சட்டைப்பிளவின் வழி மார்புகளைப் பார்க்க முடிந்தது. வயதுக்கு மீறி வளர்ந்த உடலில் பேருந்தின் அசைவுக்கேற்ப அவளது மார்புகள் சிற்றலையென ஏறித் தாழ்ந்தபடி இருந்தன. சிறு பிள்ளையினை இப்படிப் பார்க்கிறோம் எனக் குற்றவுணர்வு கொண்டாலும் பார்வையை அங்கிருந்து அகற்ற முடியாதவனாய் இருந்தான். பேருந்து நின்று இவன் இறங்க வேண்டிய இடம் வந்ததை நடத்துனர் அறிவிக்க மனமேயில்லாமல் இறங்கிக் கொண்டான்.

அந்தப் பெருநகர ரயில் நிலையத்தின் மேற்கு நுழைவாயிலின் வழியாக உள்ளே நுழைந்தான். முன்புற வாயிலைக் காட்டிலும் பின்புற அலுவலகத்தில் எளிதாகப் பயணச்சீட்டு எடுத்து விடலாம் என நண்பன் சொல்லியிருந்தான். வழியில் தென்பட்ட ஆட்டோக்காரர்களிடம் விசாரித்து பயணச்சீட்டு கொடுக்கும் அலுவலகத்துக்கு வந்து சேர்ந்தான். இரண்டு கவுண்ட்டர்கள் இருந்தன. முன்பதிவுக்கென ஒதுக்கப்பட்ட கவுண்ட்டர் பூட்டிக் கிடக்க இவன் உடனடி பயணச்சீட்டு வாங்கவென நின்றிருந்த நீண்ட வரிசையில் இணைந்து கொண்டான்.

பயணச்சீட்டு வழங்கும் அலுவலகத்துக்கு நெருக்கமாயிருந்த ரயில் நிலையத்தின் எட்டாவது நடைமேடை ஆளரவம் ஏதுமின்றி அமைதியாய் இருந்தது. பயணத்துக்கான பெரும்பாலான தடங்கள் அகலரயில்ப் பாதையாய் மாறிப்போக இன்னும் மீட்டர்கேஜ் மாற்றப்படாத ஒரே தடமாக அது இருந்தது. புறக்கணிக்கப்பட்ட சிற்றூர்களுக்கான ஒன்றிரண்டு ரயில்கள் இந்த நடைபாதையில்

இருந்துதான் கிளம்பிப் போயின. அவையும் அதிகாலை மட்டுமே இயங்குவதால் பெரும்பாலான பகல் பொழுதுகளில் நடைமேடை நடமாட்டம் ஏதுமற்ற ஏகாந்தத்தில் மூழ்கியிருக்கும்.

சிமிண்ட் கற்கள் பதித்த நடைபாதை முடிந்து ரயில் நிலையத்தின் பெயரெழுதிய மஞ்சள் நிறக் கற்பலகையின் அடியில் அந்த குடும்பம் தங்களது சாமான்களோடு அமர்ந்திருந்தது. கணவன் மனைவி இரண்டு பெண் பிள்ளைகள் என வடநாட்டிலிருந்து பிழைக்க வந்த குடும்பம். சிறியதாய்க் குடுமி வைத்து வெள்ளை நிறக் கால்சராயும் அதே நிறத்தில் முண்டா பனியனும் அணிந்திருந்த குடும்பத்தின் தலைவன் போர்வையொன்றை விரித்து வானம் பார்த்து படுத்துக் கிடந்தான். சிவப்பு நிற சேலையின் மேலாக்கை தலையில் போர்த்தி கை நிறைய வளையல்கள் அணிந்த அவனது மனைவி ஸ்டவ்வைப் பற்ற வைத்து சமைத்துக் கொண்டிருந்தாள். எட்டு வயது எனச் சொல்லும்படியான மூத்த குழந்தையின் கையிலிருந்த பொம்மை வேண்டுமென மூன்று வயதைத் தாண்டி ராத இளைய குழந்தை அழுது கொண்டிருந்தது.

தனக்கு முன்பாக நின்றவர்கள் எத்தனை பேர் என எண்ணிப் பார்த்தவனுக்கு அயர்ச்சியாய் இருந்தது. எந்த இடமாக இருந்த போதும் காத்திருப்பதை பெரிதும் வெறுப்பவன் பொழுது போகாமல் சுற்றிப் பார்க்க முன்னால் நின்றிருந்தவர்கள் பெரும் பாலும் பேசிக்கொண்டோ விளையாடிக்கொண்டோ அலை பேசியில் மூழ்கியிருப்பதைக் கண்டான். ஒரு சிறிய சாதனம் மனிதர்களின் மொத்த வாழ்வுமுறையையும் மாற்றி அமைத்து விட்டது அவனுக்கு ஆச்சரியமாக இருந்தது. என்ன மாதிரியான காலம் இது என அலுத்துக் கொண்டவனை டிக்கெட் தருபவரின் ஓங்கிய குரல் மீட்டியது.

"சரியாச் சொல்லுங்கையா.. உங்களுக்கு எங்க போகணும்?"

இவன் கவுண்ட்டரில் நின்றிருந்த பெரியவரைப் பார்த்தான். அறுபதைத் தாண்டியவர். அணிந்திருந்த உடைகள் கசங்கி அலங் கோலமாக இருந்தார். கையில் சுருட்டி வைத்த மஞ்சப்பை. அவரது குரல் தெளிவில்லாமல் இருந்தது. இயந்திரத்தின் பல்சக்கரங்கள் ஒன்றோடு ஒன்று உரசுவது போல கரகரத்த குரலில் வார்த்தைகள் விளங்காமல் இருந்தன. அவர் சொன்னதில் போகணும் எனும் வார்த்தையை மட்டுமே புரிந்து கொள்ள முடிந்தது.

"திருச்சியா?"

“ல்ல..”

“திருநெல்வேலியா இல்ல தூத்துக்குடியா..”

“ல்ல..”

அவர் பின்னால் நின்றிருந்தவர்கள் பொறுமையிழந்து கத்தத் தொடங்கினார்கள். ஓரமாய்ப் பெரியவரை நிற்கச் சொல்லிவிட்டு கவுண்ட்டரில் இருந்தவர் மற்றவர்களுக்கு டிக்கெட் கொடுக்கத் தொடங்கினார். இவன் வரிசையிலிருந்து விலகிப் பெரியவரிடம் போனான்.

இளைய பிள்ளை அழுவதைப் பார்த்த அம்மா வேகமாய் ஓடிவந்தாள். பெரியவளின் கையிலிருந்த பொம்மையைப் பிடுங்கி சின்னவளிடம் கொடுக்க அது ஈ என இளித்தது. கோபமாய் முறைத்த பெரியவளிடம் திரும்பி திட்டி விட்டு மீண்டும் ஸ்டவ்வைப் பார்க்கச் சென்றாள். போர்வையின் மீது படுத்துக் கிடந்த அவளது கணவன் தூங்கிப் போயிருந்தான்.

“உங்களுக்கு எழுதத் தெரியுமா? எங்க போகணும்னு எழுதிக் காட்டுறீங்களா?”

இவன் கொடுத்த பேனாவை வைத்து என்ன செய்வதெனத் தெரியாமல் அவர் நின்றிருந்தார். இவன் மீண்டும் கேட்டான்.

“எங்க போகணும்? கொஞ்சம் தெளிவாச் சொல்லுங்க..”

குக்கரின் விசில் சத்தம் போலப் பிசிறடித்த குரலில் அவர் சொன்னதை இவன் கூர்ந்து கவனித்தான்.

“ராமசாமி வீட்டுக்குப் போகணும்..”

இவன் குழப்பம் அதிகரித்தது.

“ராமசாமி யாரு? உங்க பிரெண்டா? எங்க இருக்காரு?”

அவர் வேறேதும் சொல்லாமல் மீண்டும் மீண்டும் அந்த வார்த்தைகளை மட்டும் சொல்லிக் கொண்டிருந்தார்.

“ராமசாமி வீட்டுக்குப் போகணும்..”

இவன் அவரது கையிலிருந்த மஞ்சப்பையைப் பிரித்துப் பார்த்தான். பையன் சொல்வது போல முதியோர் இல்லத்தில்

சேர வேண்டாம் எனவும் தன்னிடம் வந்து விடும்படியும் ராமசாமி என்பவர் எழுதிய கடிதம் இருந்தது, உடன் சில ரூபாய் நோட்டுகளும். கடிதத்தில் எழுதியவரின் பெயர் தவிர வேறு எந்தத் தகவலும் இல்லை.

பெரியவள் குழந்தையிடமிருந்த பொம்மையைப் பறித்துக் கொண்டு ஓட குழந்தை ஓவென அழ ஆரம்பித்தது. பிஞ்சுப் பாதங்களால் மெல்ல நகர்ந்து சென்று தாயிடம் முறையிட வேலையாய் இருந்தவள் எரிச்சலோடு குழந்தையைக் கீழே தள்ளினாள். அழுகை இன்னும் அதிகமாக அங்கிருந்து நகர்ந்த பிள்ளை தண்டவாளத்தை நோக்கி நடக்கத் தொடங்கியது.

அவர் விடாமல் அந்த வார்த்தைகளைச் சொல்லியபடி இருக்க இவன் சலிப்படைந்தான். இவன் போகும் ரயிலுக்கான நேரம் நெருங்கியிருந்தது. அவசரமாய் கவுண்ட்டரில் சென்று டிக்கெட் எடுத்துத் திரும்பியபோதும் அவர் ஓரமாய் நின்றபடி தனக்குள் பேசிக் கொண்டிருந்தார். இவன் அங்கிருந்து விலகி எட்டாவது பிளாட்பாரத்தில் நுழைந்தான். தேனி செல்லும் ரயில் உள்ளே நுழைந்து கொண்டிருந்தது. திடீரெனத்தான் அழுதபடி நடக்கும் குழந்தையைப் இவன் பார்த்தான். பார்த்துக் கொண்டிருக்கும் போதே அந்தச் சின்னக் குழந்தை ரயிலின் முன்பாகத் தாவியது.

("ஆண்டவர் கூறுவது இதுவே! நான் என்மீது ஆணையிட்டுக் கூறுகிறேன். உன் ஒரே மகனை எனக்குப் பலியிடத் தயங்காமல் நீ இவ்வாறு செய்தாய். ஆதலால் நான் உன்மீது உண்மையாகவே ஆசி பொழிந்து விண்மீன்களைப் போலவும் கடற்கரை மணலைப் போலவும் உன் வழி மரபைப் பலுகிப் பெருகச் செய்வேன். உன் வழிமரபினர் தம் பகைவர்களின் வாயிலை உரிமையாக்கிக் கொள்வர். மேலும், நீ என் குரலுக்குச் செவிகொடுத்ததனால் உலகின் அனைத்து இனத்தவரும் உன் வழிமரபின் மூலம் தங்களுக்கு ஆசி கூறிக்கொள்வர்" என்றார்." தொடக்க நூலிலிருந்து வாசகம் *22: 118)*

கன்னியாகுமரி

டிசம்பர் 25, 1892

இதுகாலம் வரைக்கும் தனது கனவாய் மட்டுமே இருந்ததொரு பிரதேசத்தை வந்தடைந்ததன் உற்சாகம் அவ்விளைஞனின் மனதை முழுதாய் நிறைத்திருந்தது. காற்று விசையோடு முகத்திலறைய கரையில் நின்றபடி அவன் கடலைப் பார்த்திருந்தான். இருள் முற்றாய் விலகியிராத, நட்சத்திரங்கள் ஏதுமற்ற சாம்பல்நிற வானில் நிலவு எங்கோ மேகத்தில் ஒளிந்திருக்க தொலைதூரக்கடலில் ஒரு வெளிச்சப்பொட்டு தென்பட்டது. ஏதேனும் கலமாயிருக்கலாம். ஒருகணம் கடல் குமரிஅன்னையின் முகமாய் மாறிட அவ் வெளிச்சப்பொட்டு அவளது முகத்தின் ஆரமென்பதாய் மாறி யிருந்தது. தனக்குள் சிரித்தபடி நரேந்திரன் கண்களை மூடிக் கொண்டான்.

சற்றுமுன் தரிசித்து வந்திருந்தவளின் கருணை நிரம்பிய முகம் அவனது கண்களுக்குள் நிழலாடியது. சக்தி உபாசகனாய் மாறிய நாள்தொட்டு தேசத்தின் பல்வேறு இடங்களுக்கும் சென்று அவன் அன்னையை தரிசித்திருக்கிறான். அவளது வெவ்வேறு வடிவங்களை முழுநீள சுதையுருவாய் செந்தூரம் பூசி நிற்பவளை அகண்ட விழிகளோடும் வினோத ஆயுதங்களோடும் அக்கிரமம் புரியும் அரக்கர்களின் சிரம் கொய்து கைகளில் ஏந்தி நிற்பவளை

எனப் பல வடிவங்களில் சக்தியைப் பார்த்திருக்கிறான். ஆனால் இவள் அவர்கள் யாவரிலிருந்தும் தனித்திருந்தாள். உலகம் காக்கும் மகாசக்தியை இதுபோன்ற அழகோடு அவன் வேறெங்கும் கண்ட தில்லை. கண்கள் கசிய சன்னதியினுள் நுழைந்தவன் அவள் முன்னே நின்றிருக்க, அவளது புருவங்கள் இவனை நோக்கி, தன்னை வந்தடைய ஏன் இத்தனை தாமதம் என்பதாய் ஒரு கணம் தாழ்ந்து மேலேறின. பரவசத்தில் நரேந்திரனின் இருதயத்தில் உதிரம் கொப்பளித்துப் பாய்ந்தது.

அவன் அவளிடம் தன்னை முற்றிலுமாய் இழந்திருந்தான். தனது உள்ளார்ந்த தேடலுக்கான விடையை அவளிடத்தில் கண்டுகொண்டதாக நம்பினான். அன்பைத்தவிர அவளிடம் கேட்பதற்கு அவனுக்கு வேறொன்றுமில்லை. அனுபவங்கள் மிகக் குறைந்துபட்ட தன் வாழ்க்கையில் அவன் எப்போதும் பெண் களையே தனக்கு மிகவும் நெருக்கமானவர்களாக உணர்ந்தான். அவனுடைய துயரங்களுக்கான மருந்தென பெண்களே இருந் தார்கள். அவர்கள் இல்லாத உலகை அவனால் ஒருபோதும் நினைத்துப்பார்க்கவும் முடிந்ததில்லை. தன் வாழ்வின் உச்சம் என நம்பிய அக்கணத்திலும் அவன் தேவியை அந்தப் பெண்களில் ஒருத்தியாக தனக்கு மிக நெருக்கமானவளாக தன்னை முழுமை செய்பவளாக உணர்ந்தான். அவள்தான் பெண்மையின் பூரண வடிவம். இனி அவள்தான் அவன் உலகம். எத்தனை நேரம் தேவியைப் பார்த்தவாறு நின்றிருந்தான் என்பதை அவன் அறிந் திருக்கவில்லை. மன்மதபாபுவின் குரல் அவனைக் கலைத்து நிகழ் காலத்துக்குள் மீட்டெடுக்கும்வரை, எல்லையற்ற பெருவெளியில் தேவியோடு தனை மறந்து உரையாடிக் கொண்டிருந்தான்.

சூரியனின் கிரணங்கள் மேலேறிவர இருள் கொஞ்சம் கொஞ் சமாக விலகிக் கொண்டிருந்தது. நரேந்திரனின் கண்கள் கடலுக்குள் சற்றே உள்வாங்கி நின்றிருந்த பாறையைப் பார்த்தபடியிருந்தன. அன்னையின் பாதம் படிந்த ஸ்ரீபாத பாறையில் இந்த எளிய வனின் பாதங்களும் படியவேண்டும் என்பதாய் அவன் மனம் உவகை கொண்டது. யாருக்காகவும் காத்திருக்காமல் உடைகளையும் களையாமல் அடுத்தகணம் அவன் கடலுக்குள் இறங்கியிருந்தான். ஆயிரமாயிரம் ஊசிகளாய் உடம்பைத் தைத்த கடலின் குளிரும் மோதிப்போன பெரிய மீன்களும் அவனைத் தடுக்கும் வழியறியாது தடுமாறின. தனது எண்ணம் முழுமையும் தேவியின் அன்பில் குவித்திருந்தவன் வெகு சில நிமிடங்களில் பாறையை வந்தடைந்திருந்தான். அங்கே நின்றபடி அருகிலிருந்த

மற்றொரு பாறையையும் அவனால் பார்க்க முடிந்தது. முக்கடல் சங்கமிக்கும் குமரிமுனையில் தேசத்தின் கடைசி நிலத்தில் தேவியின் பார்வையில் அவன் நின்றிருந்தான். ஒன்றோடொன்று இணையாயிருந்த பாறைகள் அருளைப் பொழியும் குமரியின் முலைகளெனில் அவன் தேவியின் மார்பில் கால்பதித்து நிற்கிறான். இன்னுமதிகமாய் அவனது மனம் பரவசத்தில் திளைத்தது. குனிந்து மண்டியிட்டவன் தேவியின் மார்பில் முகத்தினை அழுத்தி மெல்லமாய் முத்தமிட்டான். அவள் மடியின் மீது உட்கார்ந்து தியானம்செய்யத்தொடங்கியவனுக்குள் போகவேண்டிய பாதையும் எதிர்காலக் கனவுகளும் உருப்பெறத் துவங்கியிருந்தன. மிகுந்த மனநிறைவோடு அங்கே அமர்ந்திருந்தவனை கன்னியாகுமரியின் இருவிழிகள் கரையிலிருந்து பார்த்துக் கொண்டிருந்தன.

டிசம்பர் 23, 2013

கடலிலிருந்து சற்றே விலகியிருந்த மண்டபத்தில் ராமநாதன் அமர்ந்திருந்தார். கண்ணெட்டிய தொலைவில் கடலின் நடுவே வண்ண விளக்குகளால் அலங்கரிக்கப்பட்ட நினைவிடத்தில் விவேகானந்தரும் அவரிடமிருந்து சற்றே விலகி வள்ளுவரும் அமைதியாய் நின்றிருந்தார்கள். கரையில் அலைகளைக் காட்டிலும் மனிதர்களின் இரைச்சல் அதிகமாயிருந்தது. அலைகளில் கால் நனைத்தபடி விளையாடிக் கொண்டிருந்த பெண்களும் சிறுவர்களும் ஏகமாய் கூச்சலிட்டுக் கொண்டிருக்க, மக்களில் நிறையபேர் தங்கள் வாழ்வின் அர்த்தம் இதில்தான் அடங்கியிருக்கிறது என்பதாக அலைபேசியில் மும்முரமாகப் படம் எடுத்துக் கொண்டிருந்தார்கள். ராமநாதன் அயர்வாக உணர்ந்தார். சிறிது ஆத்திரமாகவும் வந்தது. பார்த்து ரசிக்கவும் அனுபவிக்கவும் மனமில்லாது அந்தக்கணத்தை ஒரு விளம்பரமாய் புகைப்படத்தில் பதிவு செய்வதில் இவர்களுக்கு என்னதான் கிடைக்கிறது எனும் கேள்வி மனதைக் குடைய அங்கிருந்து எழுந்து கொண்டார். கோவிலுக்குள் சென்று வரலாம் எனும் எண்ணம் மனதுக்குள் எழ பிடிவாதமாய் அதை மறுத்தார். இனி அவர் வாழ்வில் ஒருபோதும் கடவுளுக்கு இடமில்லை. கடவுள் என ஒன்றிருப்பின் அவர் இந்த நிலைக்கு வந்திருக்க மாட்டார். உயிராய் நேசித்த மகளைத் தொலைத்து இப்படி அநாதையாய் திரியும் அவலம் அவருக்கு நேர்ந்திருக்காது. கண்களின் ஓரம் துளிர்த்த நீரைத் துடைத்துக்கொண்டு கோவிலின் எதிர்த்திசையில் நடக்க ஆரம்பித்தார்.

சாலையின் இருபுறமும் கடைகள் நிறைந்திருந்தன. எதை எடுத்தாலும் ஐந்து ரூபாயில் ஆரம்பித்து சங்கினாலும் பாசியினாலும் செய்யப்பட்ட ஆடம்பர அலங்காரப் பொருட்கள் வரை எல்லாவற்றையும் விற்பனை செய்யும் கடைகள். வெகுசில கடைகளில் மட்டுமே மக்கள் நின்று பேரம் பேசிக்கொண்டிருக்க பெரும்பாலான கடைகளில் விற்பனையாளர்கள் தனியாய் நின்றிருந்தார்கள். கடைபோட வசதி இல்லாத சிறுவியாபாரிகள் கிடைத்த இடங்களில் எல்லாம் கட்டில் போட்டும் துண்டு விரித்தும் தங்களது சாமான்களைப் பரத்தி இருந்தார்கள். ஆன்மிகத்தலம் என்றல்லாது சிலருக்கான வாழ்வாதாரமாகவும் எளிய மனிதர்களின் பொழுதுபோக்கும் இடமாகவும் கன்னியாகுமரி மாறிப்போயிருப்பதை ராமநாதனால் உணர முடிந்தது. கடலிலிருந்து புறப்பட்ட சாலை வலப்புறமாய் சென்று பூட்டிக் கிடந்த காந்தி மண்டபத்தில் போய் முடிந்தது. நீண்ட உலர் திராட்சையென வற்றிய முலை தெரியும்படி சாலையோரம் அமர்ந்திருந்த கிழவியொருத்தி சிறிய கூடையில் மாங்காய் பத்தைகளை விற்றுக்கொண்டிருந்தாள். அவளிடமிருந்து ஒரு பொட்டலத்தை வாங்கிக் கொண்டவர் காமராஜர் மணிமண்டபத்தை ஒட்டியிருந்த சாலையில் நடந்தார்.

மிகுந்த அழகோடிருந்த வடக்கத்தியப் பெண்ணொருத்தி தன் கணவனோடும் பிள்ளையோடும் அவரைக் கடந்து போக அவள் சென்றபிறகும் திரும்பி அவள் போவதையே பார்த்துக் கொண்டிருந்தார். பக்கவாட்டில் தெரிந்த கன்னச்சிவப்பின் மினு மினுப்பும் உருண்டையான மார்புகளும் சீராய் அசைந்தாடிய பின்புறமும் அவரைக் கிளர்த்தின. முதல் முறையாக தான் தனித்து வந்தது குறித்தான அச்சம் மனதுக்குள் படர்ந்தது. கடந்த சில மணி நேரங்களில் அவளைப் போலவே அழகான பெண்கள் பலரையும் கடற்கரையில் பார்த்திருந்தார். ஆனால் அவர்களில் யாரும் தனியாக வந்திருக்கவில்லை. பெரும்பாலும் குடும்பத்தோடு வந்தவர்களாகவும் இல்லையெனில் புதிதாய் மணமானவர்களாகவும் தங்கள் காதலர்களோடு வந்தவர்களாகவும் இருந்தார்கள். ஆணும் பெண்ணும் நெருக்கமாய் இருப்பதும் கைகளைக் கட்டிக்கொண்டு அலைவதும் இருளில் அணைத்துக் கொண்டிருந்த நிழலுருவங்களும் ராமநாதனைப் பெரிதும் சங்கடத்துக்குள்ளாக்கின. அலைஅலையான சிரிப்புகளும் முதிராத சிறிய மார்புகளும் பெரும்பாரம் கொண்ட மார்புகளும் நடையின் இசைவுக்கேற்ப அசையும் புட்டங்களும் நிரம்பிய உலகில் தனித்து

மாட்டிக்கொள்ள நேர்ந்த வேற்றுக்கிரகவாசியென உணர்ந்தார்.

அன்று மாலை கன்னியாகுமரியை வந்தடைந்ததிலிருந்தே ராமநாதனின் மனம் சமன்குலைந்து தவித்துக் கொண்டிருந்தது. தங்க வேண்டும் என்பதற்காக அவர் சென்று விசாரித்த முதல் விடுதியில் அவர் தனித்து வந்திருக்கிறார் என்பதை அறிந்தவுடன் அறை தர மறுத்தார்கள். அவர் குழப்பம் கொண்டு ஏனென்று விசாரித்தபோது கன்னியாகுமரி மாதிரியான இடத்துக்கு தனித்து வருபவர்கள் என யாருமில்லை எனவும் அப்படி வருபவர்கள் பெரும்பாலும் தற்கொலை செய்து கொள்ளவே வருகிறார்கள் என்பதால் அறை தருவதற்கில்லை என விடுதியின் மேற்பார்வையாளன் சொன்னான். கோபம் கொணடவர் அதைக்காட்டிலும் பெரிய விடுதியாய் பார்த்துக்கொள்வதாகச் சொல்லிவிட்டு வெளியேறினார். ஆனால் அவர் சென்ற எல்லா விடுதிகளிலுமே சொல்லி வைத்தது போல இதே பதிலே கிட்டியது. பின்புதான் அது கன்னியாகுமரி காவல்துறையினரின் ஆணைப்படி செயல்பாட்டில் இருக்கும் சட்டம் என்பது அவருக்குப் புரியவந்தது. தன் தோல்வியை ஒப்புக்கொண்டவராக புறப்பட்ட இடத்துக்கே திரும்பி வந்தவர் எப்படியாவது தனக்கொரு அறையை ஒதுக்கித் தரும்படி கேட்டுக்கொண்டார். அவரது வயதையும் கண்ணியமான தோற்றத்தையும் கண்டு இரக்கம்கொண்ட விடுதி மேற்பார்வையாளன் ஒரு விதிமுறையின் பெயரில் தனக்கு அவரால் உதவ முடியுமென்பதாய்ச் சொன்னான். அவரது மனைவியோ பிள்ளையோ உத்திரவாதம் தந்தால் அறை தர முடியுமென்றான். தனது மனைவியின் அலைபேசி எண்ணை அவனிடம் தந்தார். தனது கணவர் கன்னியாகுமரியிலிருப்பதை அவன் மூலமாக அறிந்து கொண்டவள் எந்தப் பிரச்சினையுமிருக்காது என உறுதியளித்த பின்புதான் ராமநாதனுக்குத் தங்குவதற்கான அறை கிடைத்தது.

குளிரூட்டப்பட்ட அறையிலும் ராமநாதனுக்கு வியர்ப்பதாய்த் தோன்ற சின்னதொரு நடுக்கம் அவரது உடலில் தேங்கியிருந்தது. வெகுநாட்களாய் அவர் மறந்து போயிருந்த காமத்தின் நினைவுகளை அந்தநாளின் மாலைப்பொழுது உசுப்பி விட்டிருந்தது. மகள் சற்றே பெரியவளான பிறகு மனைவியுடனான கூடல் முற்றிலும் இல்லாது போயிருக்க கடைசியாக அவளோடு உடலுறவு கொண்டு ஏழெட்டு வருடங்களாவது ஆகியிருக்குமென்பதை உணர்ந்தபோது பெரும்பாரம் அவரை ஆக்கிரமித்தது. அறையின் தனிமை அவரை இன்னும் அதிகமாய் தொந்தரவு செய்ய

அதிலிருந்து விடுபட விருப்பம் கொண்டவராய் டிவியை ஆன் செய்தார். ஒவ்வொரு சேனலாக மாற்றிக் கொண்டே வந்தவரின் கண்கள் சட்டென ஒரு பாடல் காட்சியில் வந்து லயித்து நின்றது. காட்டுக்குள் வழிந்தோடும் அருவியின் கீழே நாயகனும் நாயகியும் கலவி கொள்வதாய் அமைந்திருந்த பாடலை மாற்ற மனமின்றி மெல்ல அதற்குள் தன்னை இழக்கத் தொடங்கி யிருந்தவரின் உடல் காய்ச்சல் கொண்டது போல தகிக்கத் தொடங்கியது. நாற்பத்தைந்து வயதுக்கு மேல் இது சரிதானா என உள்ளம் அரற்றினாலும் ஒருமுறை மட்டும் என அதற்கான சமாதானங்களைத் தேடியபடி ஆடைகளைத் தளர்த்திக் கொண்டார். அருவியின் கீழே எச்சில் உதடுகளோடு கண்கள் செருகிக் கிடந்தவளும் மாலையிலிருந்து அவர் பார்த்திருந்த உறுப்புகளும் மூடிய கண்களுக்குள் நிழற்படங்களாய் அசைய இப்போது தொலைகாட்சியின் உள்ளிருந்து நழுவிய அருவி அறையினுள் பொழியத் தொடங்கியது.

திடீரென விழித்து ராமநாதன் எழுந்து கொண்டபோது மணி பதினொன்றுதான் ஆகியிருந்தது. மீண்டும் உறங்க சிலநேரம் ஆகும் எனும் நிலையில் ஒரு சிகரெட் பிடித்தால் சற்றே ஆசுவாசமாயிருக்கும் எனத் தோன்றியது. அறையைத் தாழிட்டுக் கொண்டு கிளம்பியவர் விடுதியிலிருந்து வெளியேறி அருகில் தென்பட்ட சரிவான பாதையில் இறங்கி நடந்தார். கிட்டத்தட்ட நகரத்தின் எல்லா கடைகளும் அதற்குள் மூடப்பட்டுக் கிடந்தன. மக்கள் நிறைய வந்துபோகும் சுற்றுலாத்தலம் என்பதால் காவலர்கள் சற்று அளவுக்கு அதிகமாக கண்டிப்பாக இருப்பதை அவரால் உணர முடிந்தது. என்றபோதும் ஏதாவது கடை திறந்திருக்கக்கூடும் எனும் சிறிய நம்பிக்கையோடு தொடர்ந்து நடந்தார். பத்து நிமிட நடைக்குப் பின்பு மெலிதாய் மஞ்சள் விளக்கு எரிந்து கொண்டிருக்கும் கடையொன்றைக் கண்டுபிடித்தவர் உற்சாகமாய் நெருங்கிப்போக அங்கொரு போலிஸ்காரர் நின்று சத்தம் போட்டுக் கொண்டிருப்பதைப் பார்க்க முடிந்தது. கடையை நோக்கி நடந்து வரும் மனிதனைப் பார்த்த போலிஸ்காரர் தனது கவனத்தை இப்போது ராமநாதனிடம் திருப்பினார். “யார் சார் நீங்க? இன்னேரத்துக்கு என்ன பண்றீங்க?” தான் தங்கியிருக்கும் விடுதியின் பேரைச் சொன்னவர் சிகரெட் வாங்க வேண்டுமென்றார். “அதெல்லாம் இன்னேரத்துக்குக் கிடைக்காது. போய்த் தூங்குங்க சார்.. போங்க..” அவர் விலகிச் செல்லவும் கடைக்காரன் கடையை பூட்டிக் கொண்டு கிளம்புவும்

சரியாகயிருந்தது. ராமநாதனுக்கு மிகுந்த ஏமாற்றமாய் இருந்தது. சிகரெட் பிடிக்காமல் இன்று தன்னால் தூங்க முடியாது என்றும் தோன்றியது. மிகுந்த சோர்வோடு திரும்பியவரைக் கடந்து சென்ற கடைக்காரன் கிசுகிசுப்பாகச் சொன்னான். "சார்.. அப்படியே கெழக்குப்பக்கம் போனாக்க ஒரு கக்கூஸ் வரும். அதுக்குப் பின்னால நம்ம ஆளு ஒருத்தன் வித்துக்கிட்டு இருப்பான். வாங்கிக்கங்க.." மீண்டும் நம்பிக்கை கொண்டவராய் வலதுபுறம் திரும்பி நடக்க ஆரம்பித்தார்.

பொதுமக்களுக்கென அரசாங்கம் கட்டினாலும் பயன்பாட்டில் இல்லாமல் பூட்டிக்கிடந்த பொதுக்கழிப்பிடம் அது. பின்புறமாக இருளுக்குள் இரண்டு பேர் நின்று புகைபிடித்துக் கொண்டி ருந்தார்கள். அவர்களை நெருங்கிசென்று சிகரெட் வேண்டு மென்பதாய் அவர் சொல்ல ஒல்லியாய் இருந்தவன் முன்னால் வந்தான். "சாரி சார்.. எல்லாம் முடிஞ்சு போச்சு. கடைசியாய் இருந்த ரெண்டு சிகரெட்டையும் அவன் வாங்கிட்டான்.." அவன் கைகாட்டிய திசையில் ஒரு மனிதன் மூட்டை போல சாலையில் சுருண்டு கிடந்தான். "வேணும்னா அவன்கிட்ட கேட்டுப் பாருங்க சார்..", தரையில் கிடந்தவனிடம் போய் நின்றார். அவன் மெதுவாக தன் தலையை நிமிர்த்தி அவரைப் பார்த்தான். முகமெல்லாம் காயங்களோடு விகாரமாக இருந்தவனின் உடலிலிருந்து சின்னதாய் ஒரு நாற்றம் வீசியது. குருதியின் வாடை. அவன் கைகால்களும் அழுகத் தொடங்கியிருந்ததை அவர் கவனித்தார். உள்ளுக்குள் தடுமாறினாலும் வெளியே காட்டிக்கொள்ளாமல் சிகரெட் தர முடியுமா எனக்கேட்டார். அவன் ஒரு சிகரெட்டுக்கு இருபது ரூபாய் ஆகும் என இளித்தபடி சொன்னான். ஏதும் பேசாமல் பாக்கெட்டில் இருந்து இருபது ரூபாய் தாளொன்றை எடுத்து நீட்டினார். கண்கள் விரிய பெரிதாய்ச் சிரித்தபடி அதை வாங்கிக் கொண்டவன் தனது கைக்குக் கீழிருந்த அழுக்குப் பையிலிருந்து ஒரு சிகரெட்டை எடுத்து நீட்டினான், உடன் தீப்பெட்டியும். நடுங்கும் கைகளோடு அந்த சிகரெட்டை பற்றவைத்தார். புகை வெகு ஆதுரமாக நெஞ்செங்கும் பரவியது. தரையில் கிடந்தவன் அவர் புகைப்பதையே பார்த்துக் கொண்டிருந்தான். அவனைக் கவனிக்காதது போல அருகிலிருந்த சுவரில் சாய்ந்து நின்று கொண்டார். திடீரென அந்த மனிதன் தான் கிடந்த இடத்திலிருந்து எழுந்து சிரமமாய் நடந்து அவரருகே வந்து நின்றான். அவர் என்ன என்பதாய் அவனைப் பார்த்தார். "உங்க காசை வேணும்னா உங்களுக்கே தந்துடறேன். அந்தப் பாதி சிகரெட்டை என்கிட்டத்

தர்றீங்களா?" எதற்காக அப்படிச் சொல்கிறான் எனப் புரியாமல் நின்றிருந்தார் அவர். "பிறகு எப்படித்தான் சார் என்னால இந்த ராத்திரியைக் கடக்க முடியும்? சிகரெட் பிடிச்சாத்தான முடியும்? எப்படி சார் இந்த மனுசங்களால நிம்மதியாத் தூங்க முடியுது?" பாதி எரிந்திருந்த சிகரெட்டை அவன் கைகளில் கொடுத்து விட்டு திரும்பிப் பார்க்காமல் தன்னுடைய அறையை நோக்கி நடந்தார்.

டிசம்பர் 24, 2013

பத்து மணி சூரியன் காட்டமாய் வெயிலைப் பெய்தபோதும் விடுமுறை தினமென்பதால் கடற்கரையில் கூட்டம் இன்னும் அதிகமாய் இருந்தது. அறையை விட்டு வெளியேறி வர மனமில்லாமல் இருந்தவருக்கு வீட்டுக்குத் திரும்பிவிடலாம் என்றும் தோன்றியது. ஆனால் வீட்டுக்குப் போனாலும் தன்னால் நிம்மதியாய் இருக்கமுடியாது என்பதை அவர் அறிந்திருந்தார். திரும்பிய திசையெல்லாம் நிரஞ்சனாவின் நினைவுகள் அவரைத் துரத்திக் கொண்டிருந்தன. வாழ்வின் ஒரே நம்பிக்கையை தொலைத்துநிற்கும் மனைவியின் முகத்தையும் அவரால் ஏறெடுத்துப் பார்க்கமுடியாது. எனவே மனதை மாற்றிக் கொண்டவர் மீண்டும் கடற்கரைக்கே வந்து சேர்ந்திருந்தார். விவேகானந்தர் பாறைக்குப் போகும் படகுகளிலிருந்து மனிதர்களின் கூச்சல்கள் கேட்ட படியிருந்தன. எல்லாம் பொழுதுபோக்காக மாறிப்போன உலகில் விரல்களின் சொடுக்குக்கேற்ப வாழப்பழகிக்கொண்ட அனிமேசன் மக்கள். யோசித்தபடியே அவர் கடற்கரையோரமாக நடந்து கொண்டிருந்தபோதுதான் அந்தப் பெண்ணைப் பார்த்தார்.

கூட்டம் அதிகமில்லாத பகுதியில் அலையின் வீச்சு சற்றே அதிகமாயிருந்த பாறையொன்றில் அந்தப் பெண் நின்றிருந்தாள். அதிகபட்சம் போனால் பதினைந்து வயதிருக்கலாம். நிரஞ் சனாவைக் காட்டிலும் நான்கு வருடங்களாவது சிறியவளாக இருப்பாள். குள்ளமான உருவம். மிகச்சிறிய வட்டமான முகம். கறுப்பு நிறத்தில் சுடிதார் அணிந்திருந்தாள். சற்றே உள்வாங்கி யிருந்த பகுதியில் நின்றிருந்தபடியால் தனது கால்சராயை மடித்து மேலேற்றி விட்டிருந்தாள். உப்புநீர் பட்டு வெளுத்திருந்த கால்கள் பாறையில் ஊன்றி நிற்க கடலையே பார்த்துக் கொண்டி ருந்தாள். அவள் யாரோடும் கலந்து நிற்காமல் தனியாய் நின்றி ருந்தது ராமநாதனை ஆச்சரியம் கொள்ளச் செய்தது. இந்த இரண்டு நாட்களில் முதல்முறையாக இப்போதுதான் அவர்

தன்னைப்போலவே தனித்திருக்கும் ஜீவன் ஒன்றைப் பார்க்கிறார். அவள் நின்றிருந்த இடத்துக்கு சற்றுத் தள்ளியிருந்த பாறையொன்றில் சென்று அமர்ந்தவராக அவளைக் கவனிக்கத் தொடங்கினார்.

அலைகள் சற்றே பெரிதாய் வரும்போது மட்டுமே அவள் பாறையின் மீது நின்றாள். மற்ற நேரங்களில் அங்கிருந்து விலகி கரையில் நின்று கொண்டாள். கரை தொடும் அலைகள் பின்வாங்கி உள்செல்லும்போது மணலை அவளது விரல்களின் நடுவே அப்பிவிட்டுப் போயின. இப்போது அவள் மணல் நிரம்பிய காலோடு பாறை மீது ஏறிக் கொண்டவுடன் விசையோடு வந்துசேரும் அலைகள் கால்களைக் கழுவுவதாய் மணலை சேர்த்திழுத்துப் போயின. விளையாட்டு போலவும் சாகசம் போலவும் அவள் இதனைத் தொடர்ச்சியாக நிகழ்த்திக் கொண்டிருந்தாள். ராமநாதன் அவளது முகத்தை வாசிக்க முயன்று தோற்றுப்போனார். எதற்கும் அதில் யாதொரு மாற்றமும் தென்படவில்லை. பாறை மீது ஏறி நிற்கும்போதும் கரையில் நிற்கும்போதும் ஒரேமாதிரியான உணர்வையே அந்த முகம் கொண்டிருந்தது அவருக்கு ஆச்சரியமாக இருந்தது. வயதுக்கு மீறியதொரு முதிர்ச்சி அவளுக்குள் இருப்பதாகவும் தோன்றியது. அவ்வேளையில் அந்த விளையாட்டு தனக்கு அலுத்து போனது என்பதைப் போல பாறையிலிருந்து விலகி அவள் வெளியேறி வந்தாள். தனக்கு முன்பாக ஒரு மனிதர் நிற்பதைப் பார்த்தவுடன் வெகுநேரம் அவர் தன்னை கவனித்துக் கொண்டிருப்பதை அவளால் உணர முடிந்தது. இருவருடைய கண்களும் ஒரு கணம் சந்தித்து மீண்டபோது குற்றமிழைத்தவரைப் போல ராமநாதன் தன் கண்களைத் தாழ்த்திக் கொண்டார். அவள் அப்போதும் எந்த உணர்வையும் வெளிக்காட்டாமல் அவரைக் கடந்து போனாள். சில நிமிடங்கள் கழித்து ராமநாதன் தன் இயல்புக்கு மீண்டபொழுது அந்தப்பெண் அங்கிருந்து விலகிச் சென்றிருப்பதை உணர்ந்தார். அருகிலிருந்த படிகளில் வேகவேகமாக ஏறிப்பார்த்தபோதும் அவள் சென்ற திசையை அவரால் அனுமானிக்க முடியவில்லை. தான் ஏன் அந்தப்பெண்ணைத் தேடுகிறோம் என்பது அவருக்குக் குழப்பமாக இருந்தது. ஆனாலும் ஏதோவொன்றை இழந்து விட்டதான உணர்வு அவர் மனதில் பதிய கடற்கரையில் நிற்க விரும்பாதவராக வெளியேறி சாலையை வந்தடைந்தார்.

காந்தி மண்டபம் இப்போது திறந்திருக்க உள்ளே சென்று வரலாம் எனத் தோன்றியது. கீழிறிங்கும் படிகளில் மெதுவாக

இறங்கி இடதுபுறமிருந்த அலுவலகத்தில் காலணிகளை விட்டு விட்டுத் திரும்பியபோது நான்கு சிறுவர்கள் ஓவெனக் கத்தியபடி மண்டபத்துக்குள் ஓடினார்கள். ஒருகணம் தயங்கியவர் மெதுவாக எட்டு வைத்து நடந்து மண்டபத்தினுள்ளே நுழைந்தார். மண்டப வளாகத்தினுள்ளே மாட்டப்பட்டிருந்த படங்களை ஒரு சிலர் பார்வையிட்டுக் கொண்டிருந்தார்கள். அதிலேதும் விருப்பம் இல்லாதவராக வளாகத்தை ஒருமுறை சுற்றிவந்த ராமநாதன் மாடிக்கு இட்டுச்செல்லும் படிகளில் ஏறினார். சுவரில் தன் காதலியைச் சாய்த்து உதட்டில் முத்தமிட்டுக் கொண்டிருந்த இளைஞன் எதிர்பாராமல் நிகழ்ந்த அவரது வருகையால் நிலைகுலைந்தவனாய் சட்டென்று விலகினான். அந்தப்பெண் உதடுகளைத் துடைத்தபடி கீழிறங்கிப்போக அவர் வெகுண்டார். பின்தொடர்ந்து சென்று அந்த இளைஞனை ஓங்கியறைய வேண்டுமெனத் தோன்றியது. ஆனால் தன்னால் எதுவும் செய்ய முடியாது எனும் குற்றவுணர்ச்சி தலைதூக்க ஆத்திரத்தை அடக்கிக் கொண்டவராய் மேலேறிப்போனார். சிவப்புநிறத்தில் வண்ணம் பூசப்பட்ட ஊசிவடிவ கோபுரத்தின் மறுபுறம் சுற்றி வந்தபோது அவளை மீண்டும் பார்த்தார்.

சுவரில் சாய்ந்து அவருக்கு முதுகைக் காட்டியபடி தொலைதூர வானத்தை வெறித்துக் கொண்டிருந்தவளின் அருகே சென்றார். தனக்கு அருகாமையில் நடமாட்டத்தை உணர்ந்தவள் திரும்பிய போது கடற்கரையில் தான் சந்தித்த மனிதர் அங்கே நின்றிருப் பதைக் கண்டாள். “நான் உங்ககூட கொஞ்சம் பேசலாமா?” சின்னதொரு தலையசைப்பில் தனது சம்மதத்தைச் சொன்னாள். தனது பெயரை அறிமுகம் செய்து கொண்டவர் தன்னைப் போலவே அவளும் தனியாயிருப்பது குறித்த ஆச்சரியத்தை வெளிப்படுத்தினார். அவள் கவனமாக அவர் சொல்வதைக் கேட்டுக் கொண்டிருந்தாலும் முகம் இறுக்கமாகவே இருந்தது. “நானும் தனியாத்தான் வந்திருக்கேன். ரெண்டு நாளா பைத்தியம் பிடிச்ச மாதிரி இருக்கு. நீங்க தப்பா நினைக்கலைன்னா நாம ரெண்டு பேரும் ஒண்ணா சேர்ந்து போகலாமா?” சிறுபிள்ளையின் தவிப்போடு அவள் என்ன சொல்வாள் என்பதாக அவள் முகத்தைப் பார்த்தார். அமைதியாய் அங்கிருந்து நகர்ந்தவள் சற்றே தள்ளிப்போய் நின்றாள். ஒருகணம் அவளது செய்கைக்கான அர்த்தம் புரியாதவர் சட்டென்று அவள் தனக்காகக் காத்திருக்கி றாள் என்பதை உணர்ந்த கணத்தில் மிகுந்த மகிழ்ச்சி கொண்ட வராக அவளோடு போய் இணைந்து கொண்டார். அவள் அவரது

கையை இறுக்கமாகப் பற்றிக்கொள்ள இருவரும் படிகளில் இறங்கத் தொடங்கினார்கள்.

தங்களைப் பார்க்கும் யாரும் தந்தையும் மகளும் என்றெண்ணிக் கொள்வார்கள் எனும் நினைப்பு ராமநாதனை உறுத்தியபோதும் அவளின் அருகாமை அந்த பகல்பொழுதை அற்புதமானவொன்றாக மாற்றியிருந்தது. நிறைய பேசிக் கொள்ளாவிட்டாலும் தன்னோடு துணையாய் ஒரு பெண்ணிருக்கிறாள் எனும் உணர்வில் பாதுகாப்பாய் உணர்ந்தார். இவர் என்ன பேசினாலும் கேட்டுக் கொண்டவளின் பதில்கள் பெரும்பாலும் ஒற்றை வார்த்தையில் மட்டுமே அமைந்திருந்தன. அவளுக்கு எதையாவது வாங்கித் தர முயன்றபோதும் தீர்க்கமாக வேண்டாம் என மறுத்தாள். அவளைப்பற்றிய தனிப்பட்ட தகவல்கள் எதையும் சொல்லவில்லை. ஆனால் இயல்பை மீறிய தனது செய்கைகள் எந்தவகையிலும் அந்த நேரத்தின் சந்தோசத்தை பாதித்து விடாமல் பார்த்துக் கொள்ளும் திறமையும் அவளிடமிருந்தது. வலசையாய் வேறுவேறு தூரதேசங்களிலிருந்து வந்த பறவைகள் என்றபோதும் அவைகளுக்குள் சின்னதொரு உறவு ஏற்பட பறவையாயிருக்கும் ஒரு காரணம் போதும் என்பதைப் போல அவர்கள் இருவருக்குள்ளும் வார்த்தைகளில் வசப்படாதவொரு நேசம் துலங்கியிருந்தது.

கடை வீதிகளிலும் கடற்கரையில் சுற்றித் திரிந்து மதிய உணவுக்காக அவர்கள் ஒரு விடுதிக்குள் நுழைந்தபோது சூரியனின் உக்கிரம் மிக அதிகமாயிருந்தது. மதிய உணவுக்குப் பிறகு சற்றே ஓய்வெடுக்க தனது அறைக்குப் போகலாமா என மெல்லிய குரலில் அவளிடம் கேட்டார். அதுவரைக்கும் தலைநிமிராமல் உணவருந்திக் கொண்டிருந்தவள் சற்றே நிமிர்ந்து இப்போது அவருக்குப் பழக்கமாகியிருந்த உயிரற்ற பார்வையால் அவரைப் பார்த்தபடி சரி என்பதாய்த் தலையசைத்தாள்.

தன் வாழ்நாளில் இப்போதுதான் ஒரு குளிரூட்டப்பட்ட அறையில் இருப்பதாக குழந்தையின் குதூகலத்தோடு அவள் சொன்னபோது முதல்முறையாக அவளது கண்களில் சின்ன தொரு உயிர்ப்பை அவரால் பார்க்க முடிந்தது. மெதுவாக அவளை நெருங்கி தோள்களைப் பற்றி நெற்றியில் முத்தமிட்டார். அந்தக் கணத்துக்காக காத்திருந்தவள் போல அவள் அவரை இறுகத் தழுவினாள். நீண்டதொரு தழுவலுக்குப் பிறகு அவரை விலகியவள் இலைகளையுதிர்க்கும் மரம் போல தன் உடைகளை

உதிர்த்தாள். நிர்வாணமாய் படுக்கையில் கிடந்தவளின் அருகே சென்று ராமநாதன் அமர்ந்து கொண்டார். அவர் தன் மீது பரவும் தருணத்தை எதிர்பார்த்து அவள் கண்கள் மூடிக் கிடந்தாள். தரையில் கிடக்கும் மீனைப் போல உதடுகள் சற்றே பிளந்து கிடக்க மூச்சு இயல்புக்கு மாறாக சற்றே வேகம் கூடியிருந்தது. மலர்ந்திடாத தாமரையாய்க் கூம்பிய சிறிய மார்புகள் அவள் வயதுகேற்ற வளார்ச்சியைக் கொண்டிருக்கவில்லை. நடுங்கும் தன் கைகளை அவளது மார்பில் கிடத்தியவர் மெல்ல வருட ஆரம்பித்தார். முதல் முறையாக ஆணின் தொடுகையை உணர்ந்த அவ்வுடல் விறைக்க அவளது மார்புக்காம்புகள் கெட்டித்தன. சின்ன முனகல்கள் அவளது உதட்டிலிருந்து கசிய சர்ப்பத்தைப் போல உடல் வளைந்து நெளிய ஆரம்பித்தது. அவளது உதடுகளின் ஓரம் சின்னதாய்த் தேங்கி நின்ற புன்னகை அவரைத் தூண்ட கால்களை மெல்ல அகற்றி அதன் நடுவே சென்று அமர்ந்தார்.

கலவி முடிந்து அவரிடமிருந்து விலகியவளின் முகம் சோர்ந்திருந்தபோதும் அதனூடாக சின்னதொரு சந்தோசப் புன்னகையையும் அணிந்திருந்தாள். ராமநாதன் எழுந்து கட்டிலின் அருகே கிடந்த இருக்கையில் அமர்ந்திருந்தார். கட்டிலின் மீது விரித்திருந்த போர்வையில் கறையாய்ப் படிந்திருந்த ரத்தத்தின் மீது அவரது கண்கள் நிலைகொண்டிருந்தன. வலியில் அவள் அரற்றியதும் அவளது முனகல்களும் தொடர்ச்சியாய் அவருக்குள் கேட்டுக் கொண்டேயிருந்தன. அவர் வேகமாக அவள் மீது இயங்குகிறார். அவள் வாய்பிளந்து கண்ணில் வலியோடு அடியில் கிடக்கிறாள். அவளது முகம் சட்டென நிரஞ்சனாவின் முகமாய் மாறுகிறது. இத்தனை நேரம் மறந்திருந்த மகளின் முகம் நினைவுக்கு வர ராமநாதனின் தலைக்குள் ஒரே நேரத்தில் எண்ணற்ற கண்ணாடிகள் உடைந்து சிதறின. அலறலோடு தலையைப் பிடித்துக் கொண்டவரைப் பார்த்து அவள் பதறியோடி அருகே வந்தாள். ஆதரவாய்த் தன் மீது கைவைத்தவளை ஒன்றுமில்லை என்பதாய் விலக்கினார். அவர் முகத்திலிருந்த கடுமையைப் பார்த்து ஏதும் சொல்லாமல் அவள் குளியறைக்குள் நுழைந்தாள்.

கிளம்பிடத் தயாராகி வெளிவே வந்தவள் அவர் அப்போதும் முகம் இறுகியவராகவே அமர்ந்திருந்ததில் துயரம் கொண்டாள். மீண்டும் அவரைச் சந்திக்கலாமா என்கிற கேள்விக்கு பதிலில் லாமல் போக அமைதியாய் அங்கிருந்து நகர்ந்தாள். கதவினை அடைந்தவள் ஒருகணம் திரும்பி நின்று தாழ்ந்த குரலில் கேட்டாள்.

"உங்க போன் நம்பராவது தருவீங்களா?" எந்நேரமும் உடைந்து அழக்கூடும் என்பதாய் இருந்தவளின் குரல் அவரை அசைத்தது. மேசையின் மீது கிடந்த புத்தகத்திலிருந்து ஒரு காகிதத்தைக் கிழித்து தனது அலைபேசி எண்ணை எழுதி நீட்டினார். நெருங்கி வந்து அதனை வாங்கியவள் குனிந்து அவர் நெற்றியில் முத்தமிட்டாள். "தேங்க்ஸ்". அவளுடைய பெயரைத் தான் இதுவரைக்கும் கேட்கவில்லை என்பது அவருக்கு நினைவு வர அவளிடம் கேட்டார். அவள் நின்று அழுத்தமாகச் சொன்னாள். "பகவதி". மறுகணம் கதவைத் திறந்து வெளியேறிப் போனாள்.

தான் கொடுத்த அலைபேசி எண்ணின் இறுதி இரண்டு எண்களையும் மாற்றி எழுதியதன் கனம் அவரை அழுத்தியது. இனி அவள் அவரைக் கண்டடைய வேண்டுமெனில் எத்தனை ஆயிரம் எண்களைத் தாண்டி வரவேண்டும்? எழுந்து ஜன்னலின் அருகே போய் நின்றவரின் மனம் வெறுமையாயிருந்தது.

டிசம்பர் 25, 2013

விவேகானந்தர் பாறையிலிருந்த தியான மண்டபத்தின் உள்ளே ராமநாதன் அமர்ந்திருந்தார். முந்தைய தினத்தின் நினைவுகள் அவரை துரத்தியபடி இருக்க அவளது துயரங்களைத் தான் எடுத்துக் கொண்டவராக அவரது முகம் உறைந்த பனிப்பாளமென உணர்ச்சியற்றதாய் மாறியிருந்தது. மனம் நிலைகொள்ளாது தியான மண்டபத்திலிருந்து வெளியேறியவரின் முகத்தில் சூரியவொளி பட்டுக் கூசியது. கைகளால் தன் முகத்தை மறைத்துக் கொண்டு படிகளில் இறங்கியபோது கையில் குழந்தையோடு படகுக்காகக் காத்திருந்தவளைப் பார்த்தார். அவள் கையிலிருந்ததைக் குழந்தை எனச் சொல்ல முடியாதபடி முகம் ஒரு பத்து வயது பையனுக்குரியதாயிருந்தது. தலைமயிர் எல்லாம் கொட்டிப்போய் அங்கங்கே ஒன்றிரண்டு முடிகள் மட்டுமே மீந்திருந்தன. காது இருக்குமிடத்தில் ஒரு துளை மட்டுமேயிருக்க இடது கண் பிதுங்கி வெளித்தள்ளியிருந்தது. வாயிலிருந்து கோழை வடிய அதன் உதடுகளிலிருந்து மெல்லிய சீழ்க்கை சப்தங்கள் மட்டுமே கேட்டுக் கொண்டிருந்தன. கண்களில் ததும்பும் கண்ணீரோடு அவள் கடலைப் பார்த்தபடி நின்றிருந்தாள். அதிர்ச்சியோடு அவர் அவளைப் பார்த்திருக்க சில நிமிடங்களில் வந்து சேர்ந்த படகில் ஏறி அவள் கிளம்பிப் போனாள்.

ராமநாதன் வெகுநேரம் அங்கேயே நின்றிருந்தார். அவரது

காலடியில் யாரோ தவறுதலாய் விட்டுப் போயிருந்த பிஸ்கட் பாக்கெட் கிடக்க அதனை எடுத்தார். பாறையை விட்டு வெளியேறி செல்லும் பாதையில் தடுப்புச் சுவருக்கு வெளியே மழைநீர் சேகரிக்கும் தொட்டி கட்டியிருந்தார்கள். அவர் உள்ளே எட்டிப்பார்க்க சின்ன சின்னதாய் நிறைய கறுப்பு நிற மீன்கள் தொட்டிக்குள் நீந்திக் கொண்டிருந்தன. அவர் தன் கையிலிருந்து ஒரு பிஸ்கட்டை உள்ளே எறிய அததனை மீன்களும் ஒரே நேரத்தில் அதன் மீது பாய்ந்தன. காய்ந்து போயிருந்த பிஸ்கட் நீரின் மேற்பரப்பில் தக்கை போல இங்குமங்குமாய் மிதந்து கொண்டிருந்தது. மெல்ல மெல்ல நீரில் ஊறி அது சிதற ஆரம்பித்த கணத்தில் மீன்கள் அதனை நீருக்குள் அமிழ்த்திக் கொண்டு சென்றன. அவர் நிதானமாக ஒவ்வொரு பிஸ்கட்டையும் உள்ளே எறிந்து மீன்கள் அவற்றை சாப்பிடுவதைப் பார்த்துக் கொண்டிருந்தார். இறுதி பிஸ்கட்டும் தீர்ந்த பிறகு வெற்றுக் காகிதத்தைக் குப்பையில் போட்டார். மெதுவாக நடந்து அத்தனை ஆள் நடமாட்டமில்லாத பாறையின் பின்புறம் வந்து சேர்ந்தார். வேலிக்கு மறுபுறம் யாரும் செல்லக் கூடாது எனும் எச்சரிக்கைப் பலகையினருகே தன் காலணிகளைக் கழட்டி வைத்தவர் வேலியைத் தாண்டி இறங்கினார். சிறிது நேரத்திற்குப் பிறகு அங்கே அலைகள் பாறையின் மீது வேகமாய் வந்து மோதும் ஒலி மட்டுமே கேட்டுக் கொண்டிருந்தது.

சிலுவையின் ஏழு வார்த்தைகள்

சாக்ரடீஸ் அறிந்து கொள்! மனிதர்கள் ஒரு பாதாள குகையினுள் வசிக்கிறார்கள். அதன் நாவு வெளிச்சத்தை நோக்கி நீள்கிறது. தங்கள் குழந்தைப்பருவம் தொடங்கி அவர்கள் அதனுள்ளேதான் வாழ்கிறார்கள். அவர்களுடைய கழுத்துகளும் கால்களும் எங்கும் நகர்ந்து போக முடியாதபடி சங்கிலிகளால் பிணைக்கப் பட்டுள்ளன. எனவே அவர்களால் நேராகத்தான் பார்க்கவியலும். அவர்களது தலைக்கு மேலும் முதுகின் பின்னாலும் சற்று தொலைவில் நெருப்பு கொழுந்து விட்டெரிகிறது, நெருப்புக்கும் கைதிகளுக்கும் நடுவே வழி இருப்பதை நீ காண முடியும். அங்கே ஒரு தாழ்ந்த சுவர் இருக்கிறது. அதன் வழியாக மனிதர்கள் கடந்து போகிறார்கள். கல், மரம் மற்றும் ஏனைய பொருட்களால் செய்யப்பட்ட உருவங்களை ஏந்தி அவர்கள் போகிறார்கள். அவர்களில் சிலர் பேசுகிறார்கள்.. மற்றவர்கள் அமைதியாய் இருக்கிறார்கள்.

க்ளௌகான் நீங்கள் எனக்கொரு விசித்திரமான காட்சியை விவரிக்கிறீர்கள். அந்தக் கைதிகள் மிக

விசித்திரமானவர்கள்.

சாக்ரடீஸ் ஆம்.. நம்மைப் போலவே..

(தி ரிபப்ளிக்கில் பிளாட்டோ)

இருண்ட அறைக்குள் அவன் தனியாக அமர்ந்திருந்தான். வெளியே கனத்த சப்தங்கள். மனிதர்கள் அலறும் நாற்காலிகள் உடையும் சப்தம். வாகனங்கள் தேய்ந்து நிற்கும் மரங்கள் சடசட வென முறியும் சப்தம். ஊழிக்காற்றின் சப்தம். நெருப்பின் சப்தம். நீரின் சப்தம். அத்தனை சப்தங்களின் நடுவிலிருந்தபோதும் அவன் மிகுந்த ஆசுவாசமாக உணர்ந்தான். அவன் மட்டும் கேட்கக் கூடியதொரு குரலை இந்த சப்தங்கள் சில நொடி நேரங்களேனும் இல்லாமல் செய்திருந்தன.

சமீபமாக அந்தக் குரலோடு மங்கலான புகைவடிவ உருவமொன்றும் அவனுக்குத் தென்படத் தொடங்கியிருந்தது. தூக்கத்திலும் அந்தக் குரலைப் பிரிந்திருக்க முடிவதில்லை என்பதோடு அதன் வார்த்தைகளை எப்போதும் மீற முடியாமல் இருந்ததும் அவனைத் துன்புறுத்தியது. ஆனால் அந்தக் குரல் தன்னுடையதல்ல என்பதை அவன் தீர்க்கமாக அறிந்திருந்தான். வெளியிலிருந்து கேட்ட சப்தங்கள் கொஞ்சம் கொஞ்சமாகக் குறைந்து கொண்டே வர சட்டென ஆழ்ந்த நிசப்தம் அவனை சூழ்ந்தது.

இன்னும் எத்தனை நாட்கள் நீ இங்கே தனியனாக இருக்கப் போகிறாய்? உன் மரணம் இங்கேதான் நிகழ வேண்டுமென விருப்பம் கொண்டிருக்கிறாயா?

நான் சாகக்கூடாது. வாழ்க்கை என்னை ஒன்றுமற்றவனாக்கி அலைக்கழித்து எங்கோ வீசியெறியுமுன் நான் அதனை வெற்றி கொள்ள வேண்டும்.

அங்கிருந்து எழுந்து கொண்டவன் தானிருந்த அறையின் கதவருகே வந்து நின்றான். கம்பிகளின் வழியே தென்பட்ட நீண்ட வராந்தா நடமாட்டம் ஏதுமின்றி அமைதியாய் இருந்தது. கதவருகே காவல் நின்றவன் கண்கள் எங்கோ வெறித்திருக்க நாற்காலியிலிருந்து இடப்பக்கமாய்ச் சாய்ந்து கிடந்தான். அவனது கண்களில் இருந்து வழிந்த ரத்தத் துளிகள் வரிசையாக சுவரையொட்டி தரையின் மீது மெல்ல மெல்ல ஊர்ந்து போய்க்

கொண்டிருந்தன. உற்றுப் பார்க்கையில் சாரை சாரையாய் எறும்புகள் ரத்தத்துளிகளை ஏந்தியபடி உறைந்த கண்களிலிருந்து வெளியேறிப் போய்க் கொண்டிருந்தன. தப்பித்துச் செல்லும் வெறி கொண்டவனாய் கதவினை உலுக்க அவனைப் பார்த்து விகாரமாகச் சிரித்தது மறுபுறம் தொங்கிக் கொண்டிருந்த பூட்டு.

வலது கையின் கட்டைவிரலை வாய்க்குள் அழுந்திக் கடித்து அவன் துண்டிக்க மஞ்சள் நிற ரத்தம் சுவர்களில் தெறித்தது. அறுபட்ட நாயின் குறியென தரையில் துடித்துக் கொண்டிருந்த விரலையெடுத்து பூட்டினுள் நுழைத்தான். மிகச்சரியாக அந்த விரல் பூட்டினுள்ளே பொருந்திக் கொள்ள கதவை வேகமாக தள்ளித் திறந்தவன் சாவியினை இறந்து கிடந்தவன் மேலே வீசிவிட்டு வெளியேறினான்.

சாம்பல் நிற வெளிச்சத்தில் சாலைகள் மூழ்கிக் கிடக்க பாதையெங்கும் உடல்கள் பிளக்கப்பட்டு விசிறிக் கிடந்தன. வெளியெங்கும் பச்சை நிற உதிரத்தீற்றல்கள். உயிர் போகாத மனித உடல்களும் மிருக உடல்களும் வலியின் தீவிரத்தில் முனகிக் கொண்டிருக்க இவன் எதையும் பார்க்க விரும்பாதவனாக ஓடிக் கொண்டிருந்தான். சாலையின் இருபுறமும் அடைத்துக்கிடந்த வீடுகளும் கடைகளும் அவனை இன்னுமதிகமான பீதிக்குள் ளாக்கின.

பூட்டப்படாத ஒரு கதவு தன்னை எதிர்நோக்கி எங்கோ காத்திருக்கும் என்பதாய் நம்பியவன் அதிக வேகத்தோடு ஓடினான். முடிவற்ற புதிர் அரங்கமென நீண்டு கொண்டே போன அந்த சாலையின் இறுதியில் கைவிடப்பட்டதாகத் திறந்து கிடந்த ஒரு கடைக்குள் நுழைந்தான். அது கண்ணாடிகள் விற்கும் இடம் என்பதைப் புரிந்து கொள்ள சற்று நேரம் ஆனது. திரும்பிய திசையெங்கும் ஆளுயரக் கண்ணாடிகள். கண்ணாடியில் தென்பட்ட மனிதனின் முகங்கள் ஒரே நேரத்தில் நன்கு பரிச்சயமானதாகவும் அறிந்திராததாகவும் இருந்தன. ஒரு முகம் இவனைப் பார்த்து புன்னகைக்க மற்றொரு முகம் இவனைப் பரிகாசம் செய்தது. ஏனைய முகங்களும் வெகு விகாரமாகத் தோற்றமளித்தன. ஒரு முகத்தில் கண்கள் இருந்த இடத்தில் புழுக்கள் நெளிந்து கொண்டிருந்தன. இன்னொரு முகத்தின் தலையிலிருந்து மூளை வெண்ணெய்க்கட்டியென பிதுங்கி வழிந்து கொண்டிருந்தது. வெகு நீண்ட காலத்துக்குப் பிறகு தனது பிரதிபலிப்பைத்தான் கண்ணாடியில் பார்க்கிறோம்

என்பதை உணர்ந்தபோது அவன் அதிர்ந்து போனான்.

அருகிலிருந்த இரும்புக்கழியைக் கையிலெடுத்தவன் தன்னைச் சுற்றியிருந்த அத்தனை கண்ணாடிகளையும் அடித்து நொறுக்கினான். கீழே சிதறிக் கிடந்த துண்டங்களை எட்டிப் பார்க்க அவை இப்போது காலியாயிருந்தன. தனது பிம்பங்களை முற்றிலுமாய் தொலைத்துக் கட்டியதன் நிம்மதியை அவனால் உணர முடிந்தது. இனி என்ன என்னும் கேள்வி மனதை நிரப்ப குழப்பத்தோடு கடையின் ஒரு மூலையில் சென்றமர்ந்தான்.

வாழ்க்கை என்பது ஒரு கனவே. ஆனால் அந்தக் கனவின் ஒவ்வொரு நிகழ்வையும் நீயே தீர்மானிக்கிறாய்.

வெகு தொலைவில் மெலிதாக ஒலிக்கத் தொடங்கியிருந்த குரலை அவனால் தெளிவாகக் கேட்க முடிந்தது. அதுவொரு குழந்தையின் அழுகுரல். தனக்கான எல்லாவற்றையும் தொலைத்து ஆதரவற்று நிற்கும் சிறுபிள்ளையின் இரைஞ்சல். தனது மனைவியும் குழந்தையும் என்னவானார்கள் என்றெண்ணிய கணத்தில் அவன் கண்கள் துயரத்தில் தாமாகவே மூடிக் கொண்டன. அந்தக் கட்டிடத்தின் ஒரு பாதி மருத்துவமனையாகவும் மற்றொரு பாதி கோழி இறைச்சிக் கடையாகவும் இருந்தது. அவன் தன் குழந்தையுடன் மருத்துவமனைக்குள் நுழைந்தான். குழந்தைக்கு இரண்டு நாட்களாய் உடம்பு சரியில்லை எனச் சொன்னவனை பக்கத்து அறையில் காத்திருக்கும்படி சொல்லிவிட்டு செவிலிப்பெண் நகர்ந்து போனாள். அவள் சென்று அமரச் சொன்ன இடம் கோழி இறைச்சிக்கடையின் முகப்பாய் இருந்தது. அங்கே நின்று விற்பனை செய்து கொண்டிருந்த பெண்ணும் சற்றுமுன் விலகிச் சென்ற செவிலியும் ஒரே பெண் தானோ என்பதாய்க் குழம்பினான். கூண்டுக்குள் அடைபட்டுக் கிடந்த வெள்ளைநிற பிராய்லர் கோழிகள் விடாமல் சத்தம் போட்டுக் கொண்டிருந்தன. இவன் பார்த்திருக்கையில் அந்தப் பெண் கூண்டுக்குள் கையை நுழைத்து கோழியொன்றை வெளியே எடுத்தாள். கூண்டிலிருந்து வெளியே வந்தபோது அது அவனுடைய குழந்தையாயிருந்தது. அந்த விற்பனைப்பெண் யாதொரு உணார்ச்சியுமின்றி இப்போது வென்னீர் தொட்டியைத் திறந்து குழந்தையை உள்ளே வீசினாள். குழந்தையின் உடம்பிலிருந்து ரோமமெல்லாம் உதிர்ந்து கதறித் துடிக்க அதன் அலறல்கள் பறவையின் கிறீச்சிடல்களாய் ஒலித்தன. வேண்டாம் என்பதாய்க் குழந்தையின் கைகள் அசைவது கோழியின் சிறகடிப்பை ஒத்திருக்க பார்த்துக் கொண்டிருந்தவன்

கார்த்திகைப் பாண்டியன்

ஓவென அலறித் துடித்து எழுந்து கொண்டான். அவன் காலடியில் ஒரு குழந்தை பொம்மையின் தலைப்பகுதி மட்டும் தனியாய்க் கிடந்தது. அதனைத் தூக்கி தொலைவில் எறிந்தவன் கடையிலிருந்து வெளியேறி சாலைக்கு வந்தபோது ஒரு பேருந்து அவனை உரசியபடி வந்து நின்றது. தனது இயந்திரக்குரலில் பேருந்து அவனை யாரென விசாரிக்க என்ன சொல்வதெனத் தெரியாமல் நின்றிருந்தான்.

நண்பா இந்த நகரத்தின் முக்கிய தலைவர்களில் ஒருவர் இன்று கழுகுகளால் கொல்லப்பட்டிருக்கிறார். அதற்கான எதிர்ப்பைத் தெரிவிக்கும் பொருட்டு என்னை நானே கொலை செய்யப் போகிறேன். போலவே மனிதர்களில் பலரும் தாமாகவே முன்வந்து தங்களைக் கொன்று கொண்டிருக்கிறார்கள். உனக்கு விருப்ப க்ஷமிருப்பின் என்னுள்ளே வா. நீயும் எரிந்து உன் எதிர்ப்பைத் தெரிவிக்கலாம்.

யாரென்று அறிந்திராத மனிதனுக்காக நான் ஏன் சாக வேண்டும்? இத்தனை காலம் என்னை இருட்டறைக்குள் பூட்டி வைத்த போது ஏனென்று கேட்காத ஏதோவொரு மயிருக்காக நான் சாக முடியாது.

எனில் உடன் இங்கிருந்து சென்று விடு. பச்சோந்திகளின் படை பின்னால் வந்து கொண்டிருக்கிறது. இந்தக் கலகத்தை முன்னின்று நடத்துபவர்கள். உன்னை அவர்களுக்குப் பிடிக்காமல் போனால் காற்றோடு கரைத்து விடுவார்கள்.

பேருந்து கொழுந்து விட்டெரியத் தொடங்க அங்கிருந்து விலகி வெகுதூரம் ஓடி வந்தவன் உடல் மொத்தமாய் வலுவிழந்து மயங்கி வீழ்ந்தான். மீண்டும் அவன் கண்விழித்தபோது தானிருந்த இடம் ஒரு இடுகாடு என்பதை உணர முடிந்தது. ஒருபுறம் சுதையாலான குதிரைச் சிற்பங்கள் வரிசையாய் நின்றிருந்தன. இன்னொருபுறம் கடவுளர்களின் சிலைகள்.

இறுதியாக நீ வந்தடைய வேண்டிய இடத்தை அடைந்து விட்டாய்.

அந்தக் குரலுக்குரிய புகை வடிவத்தை நெருக்கத்தில் மிகத் தெளிவாக அவனால் பார்க்க முடிந்தது. அதன் கைகள் நீண்டிருந்த திசையில் அமைந்திருந்த சுதை வடிவத்தின் முகம் இவனுடையதாக இருந்தது.

நீ கடவுளாகப் பிறந்தவன்.

தன் அடிவயிற்றின் வலியைப் பசியென உணர்ந்து கொண்டவன் கடும் கோபத்தோடு அந்த சுதை உருவத்தினை எடுத்து உண்ணத் தொடங்கினான்.

நான் கடவுளை உண்பவன். எனக்கான விதிகளை இனி நானே வகுத்துக் கொள்வேன்.

கைகள் விரித்து அவன் அந்தப் புகை வடிவத்தின் முன் மண்டியிட்டான்.

உன்னை உணர்ந்து கொள்ள வேண்டுமெனில் நீ வாழ்வின் ஏழு நிலைகளைக் கடந்து வர வேண்டியவனாகிறாய். அவை உன்னை முழுமையானவனாய்ச் செய்யும். இந்த உலகின் பிடியிலிருந்து விலகி கடவுளாகும் தருணத்தை இனி நீயே முடிவு செய்வாய்.

அந்த வார்த்தைகளின் முடிவில் அவன் தன்னை முழுதாய் அந்தக் குரலுக்கு ஒப்புக்கொடுத்திருந்தான்.

மன்னிப்பு

"பிதாவே.. இவர்களை மன்னித்தருளும்.. தாங்கள் செய்வது இன்னதென்பதை இவர்கள் அறிய மாட்டார்கள்.."

ராட்சசனொருவன் நீண்டு வளர்ந்த எண்ணிலடங்கா கைகளைத் தரையிலூன்றி நிற்பதென ஒலிவ மரங்கள் அடர்ந்த மலையடிவாரத்திலிருந்த பூங்காவை அவர்கள் வந்தடைந்தபோது நன்கு இருட்டியிருந்தது. உடன் வந்தவர்களில் மூவரை மட்டும் அழைத்துக்கொண்டு தனது இறுதி பிரார்த்தனையைச் செலுத்த விருப்பம் கொண்டவராக அவர் உள்ளே நுழைந்தார். அசைந்து கொண்டிருந்த மரங்களின் நடுவே ஊடாடிய காற்றின் சப்தத்தில் தனது தாயின் மெல்லிய விசும்பலையும் அவரால் தெளிவாகக் கேட்க முடிந்தது. முகத்தில் வெறுப்பின் சாயை படர்ந்து மெதுவாக நடந்து சென்றவரை தொலைவிலிருந்த மரத்தின் மீது ஊர்ந்து கொண்டிருந்த சர்ப்பத்தின் இரு விழிகள் உற்று நோக்கின. திடீரென எழும்பிய ஆரவாரக் கூச்சல் மெல்ல மெல்ல தன்னை சமீபப்பதை அவர் உணர்ந்தார். எல்லோரும் பின் தங்கி நிற்க அவன் மட்டும் முன்னேறி வந்தான்.

என் பிரிய நண்பனே.. வா.

அவரை நெருங்கி வந்தவன் குருவே என வணங்கிக் கட்டி யணைத்து அவரது கன்னத்தில் முத்தமிட்டான். சிறிது நொடிகள் கழித்து விலகியபோது அவர் சிரித்தபடி அவனது கண்களுக்குள் உற்று நோக்கினார். அவரை எதிர்கொள்ள முடியாமல் அந்தப் புன்னகையின் அர்த்தம் புரிந்தவனாக அவன் கண்களைத் தாழ்த்தினான்.

என்னை மன்னியுங்கள்.

அவர் புன்னகை மாறாமல் தனது அங்கிக்குள் கைகளை நுழைத்து அந்த நீண்ட கத்தியை எடுத்து அவனது நடுமார்பில் செருகினார். சற்றும் அதை எதிர்பார்த்திராதவன் சின்னதொரு முனகலோடு மடிந்து கீழே விழுந்தான். அவர் குனிந்து தனது கத்தியை உருவியெடுக்க அவனது மார்பிலிருந்து வெள்ளை நிறப் பறவையொன்று வெளியேறியது. ஒருகணம் தரையில் தத்தளித்த பறவை மெல்ல தன் சிறகுகளை அசைத்துப் பறந்து அருகிலிருந்த மரத்தின் கிளையில் சென்றமர அதன் அலகில் இப்போது சின்னதாய் ஒலிவ இலையொன்று அசைந்து கொண்டிருந்தது. பறவையின் நிறம் சிகப்பாய் மாறத் தொடங்கியது.

இரட்சிப்பு
"இன்று நீ உண்மையாகவே என்னோடு சொர்க்கத்திலே இருக்கக்கடவது.."

கொந்தளிக்கும் கடலலைகளின் மீதாக அந்த வினோதமான கப்பல் அசைந்தாடிக் கொண்டிருந்தது. கப்பலின் தளங்கள் நடமாட்டமின்றி மௌனத்தில் ஆழ்ந்திருக்க அம்பின் கூர்மையான முனையெனக் குவிந்திருந்த இறுதியில் அந்த அரக்கன் நின்றிருந்தான். நீலமும் பழுப்பும் கலந்த கொழுந்து விட்டெரியும் தீக்கலன்களைப் போன்ற பெரிய கண்கள் வேட்டை நாயின் உக்கிரத்தோடு தொலைதூரத்தில் தென்பட்ட கூம்பு வடிவங்களின் மீது நிலைத்திருந்தன. உதடுகளில் மர்மமான புன்னகையைத் தேக்கி ஏதோவொன்றை எதிர்பார்த்து அவன் அங்கே காத்திருந்தான்.

நகரத்தின் மையத்திலிருந்த தொழிற்சாலையெனும் மிருகத்தின் அத்தனை அங்கங்களும் செயலற்றுப் போயிருக்க அதன் இருதயமாயிருந்த கூம்பு வடிவ இரசாயன சேமிப்புக் கிடங்கு மட்டும் தனக்கான சமிக்ஞைக்காக ஆவேசம் அடங்காமல்

கொந்தளித்துக் கொண்டிருந்தது. கப்பலில் இருந்தவன் மெலிதாய் தன் விரல்களை அசைத்தான். காலியாயிருந்ததொரு குழாயின் வழியே கடல்நீர் வெள்ளமென கூம்பு வடிவத்துக்குள் நுழைந்தது. அந்தத் தருணத்துக்காகக் காத்திருந்ததைப் போலவே நீரோடு பொருந்திய திரவம் ஆவியாக மாறிப் பெரும் காதலோடு ஆகாயத்தில் கலந்திட தாங்கள் நிறைந்து நிரப்ப வேண்டிய நுரை யீரல்களைத் தேடி ரசாயன மேகங்கள் ஊருக்குள் நுழைந்தன.

வெப்பம் தாளாமல் கட்டில்களை வெளியே கிடத்தி உறங்கிக் கொண்டிருந்தவர்கள்தான் அந்த மாற்றத்தை முதலில் அறிந்தார்கள். யாரோ தன் கழுத்தின் மீதேறி நிற்பதாய் உணர்ந்தவர்கள் திணறலோடு எழுந்து அலற தங்களைச் சுற்றி பலரும் அதுபோல அரற்றிக் கொண்டிருப்பதைப் பார்த்தார்கள். குழந்தைகளின் வீறிடல்கள் இரவின் மவுனத்தை மொத்தமாய்க் கலைத்துப் போட்டன. கறவை மாடுகள் தீனமான குரலில் அலற மரணத்தின் நிழல் மிகுந்த ஆவேசத்தோடு நகரின் மீது படிந்து கொண்டிருப்பதைப் புரிந்து கொண்ட பறவைகள் மட்டும் சிறகுகள் இருக்க ஆசீர்வதிக்கப்பட்டதால் அவசர அவசரமாய் அங்கிருந்து இடம்பெயர்ந்தன. வீடுகளுக்குள் உறங்கிக் கொண்டிருந்தவர்களும் காற்றைத் தேடி மூச்சிரைப்பவர்களாய் வெளியேறி ஓடிவந்தார்கள். மூச்சின் வழி உள்நுழைந்த காற்று ரத்தத்தில் கலந்து மெல்ல மெல்ல அதனை விஷமென மாற்றியது. ஆதரவாக அருகிலிருந்தவர்களைப் பற்றிக் கொள்ள முயற்சிக்க வெட்டி எடுத்ததைப் போல உறுப்புகள் கழன்று கையோடு வந்தன. உடம்பின் எல்லா துவாரங்களிலிருந்தும் ரத்தம் பெருக்கி கூட்டம் கூட்டமாக மக்கள் செத்து வீழ வரவிருக்கும் காலங்களுக்கும் மனிதர்களை விடாது துரத்தும் சாபமென தன்னை நிலைநிறுத்திக் கொண்ட ஆசுவாசத்தோடு நகருக்குள் அலைந்து கொண்டிருந்தது பேய்க்காற்று. உடல் முழுதாய் மண்ணில் புதைந்திருக்க எண்ணற்ற கேள்விகளைத் தன்னுள் தேக்கியவாறு இறந்துபோயிருந்த குழந்தையின் பிதுங்கிய பழுப்பு நிறக் கண்கள் வானத்தை வெறித்தன.

மிகுந்த திருப்தியுற்றவனாக அரக்கன் சிரித்தபடியே கப்பலைச் செலுத்த கடலின் மறுமுனையிலிருந்த தீவினை நோக்கிய அந்த ஆன்மாக்களின் பயணம் துவங்கியது.

அரவணைப்பு

“ஸ்திரீயே.. இதோ உன் மகன். இதோ உன் தாய்..”

நீ எனக்கு ஒரு சத்தியம் செய்து தர வேண்டும். நீ தவமிருந்து பெற்ற அந்த அஸ்திரத்தை ஒரு முறை மட்டுமே பயன்படுத்த வேண்டும். செய்வாயா..

பாகீரதி நதிக்கரையில் தன்னை மகனே என்றழைத்தவளின் குரல் அவனுக்குள் தொடர்ந்து ஒலித்துக் கொண்டேயிருந்தது. எந்தவொரு விஷயத்தையும் மறக்க நினைக்கும்போதுதான் அது இன்னுமதிகமாய் நம் நினைவுகளில் இடறுகிறது. அவன் அவள் பாதம் தொட்டு வணங்கினான். நண்பனை நீங்கி வர இயலாத தன் நிலையை அவளுக்குத் தெளிவாகச் சொன்னவன் எப்படியும் அவளது பிள்ளைகளில் ஐவர் மட்டுமே உயிரோடிருப்பார்கள் என்பதை உறுதியாகக் கூறிவிட்டு பாணத்தை ஒருமுறை மட்டுமே செலுத்துவதாக வாக்களித்தான்.

தனது விரோதியின் ரதம் இருந்த இடத்தை அவன் வந்தடைய மற்றவனும் இவனை நோக்கி முன்னேறி வந்தான். அவனுக்கான இறுதி வாய்ப்பு இது. மந்திரங்களை உச்சரித்து அஸ்திரத்தைச் செலுத்திட நாகம் வில்லிலிருந்து சீறிக்கிளம்பியது. இவன் தலையைக் குறிவைப்பான என நம்பி ரதத்தைச் செலுத்திவந்த இடையர்களின் தலைவன் அதன் சக்கரத்தைத் தரையில் அழுத்தினான். மாறாக இவன் வைத்த குறி விரோதியின் மார்பென்றிருக்க பாணம் சிறிதும் தவறாமல் எதிரியின் தலையைக் கொய்திட போர்க்களம் அதிர்ச்சியில் உறைந்தது.

தேரிலிருந்து கீழே இறங்கியவன் முன்பாகத் தரையில் கிடந்த தலையற்ற உடலின் கால்கள் மட்டும் அசைந்து கொண்டிருந்தன. கீழே மண்டியிட்டு அமர்ந்து இடையிலிருந்த வாளை உருவி யெடுத்தவன் இடப்பக்கமாய் தனது வயிற்றின் உள்ளே நுழைத்து ஒரு ஓவியனின் லாவகத்தோடு நேர்க்கோடாக வலப்பக்கம் நகர்த்தி கீழ்வயிற்றினை அறுத்துத் திறந்தான். உதிரம் பெருத்த ஆவேசத் தோடு திறப்பின் வழியே பெருகியோட உடலின் உள்ளுறுப்புகள் நழுவி வெளியேறுவதை அவனால் உணர முடிந்தது.

உனது பிள்ளைகளில் ஐவர் நிச்சயமாக உயிரோடிருப்பார்கள். இது உன் மீது ஆணை.

கண்களில் நிறைந்திருந்த புன்னகையோடு அவன் சரிந்து வீழ்ந்தான்.

தத்தளிப்பு
"தேவனே.. தேவனே.. ஏன் என்னைக் கைவிட்டீர்.."

தலைக்கு மேலே மீன்கள் பறந்து கொண்டிருந்த நிமித்தக் காரர்களின் நகரத்துக்கு அவர் இரண்டாவது முறையாக வந்திருந் தார். நகரத்துக்குள் வருவது அரசாங்கத்தால் தடை செய்யப்பட்ட பிறகு தங்களுக்கென ஒதுக்கப்பட்ட பிரத்தியேக நிலத்தில் அந்த நகரை நிமித்தக்காரர்கள் நிர்மாணம் செய்திருந்தார்கள். இரண்டு திசைகளில் இருந்து மட்டுமே நுழைய முடியும் நகரின் நுழைவாயில்களில் காவல் நின்றிருந்த யாளிகளின் கர்ஜனை காற்றை நிரப்பியது. சுவர்களெல்லாம் நீர்த்தாரைகளால் வடிவமைக்கப்பட்ட கட்டிடங்களில் பெரும்பாலானவை பிரமிட் வடிவத்தில் இருந்தன. தங்களிடம் வந்து ஆருடம் கேட்கும்படியும் தம்மிடமிருக்கும் அதிசயப் பொருட்களை வாங்குமாறு கெஞ்சியபடியும் நிமித்தக்காரர்கள் நகருக்குள் அங்கங்கே அலைந்து கொண்டிருந்தார்கள்.

தனது முதல் வருகையின்போது சந்தித்த அந்த இளைஞனின் முகம் அவரால் மறக்க முடியாததாக மாறியிருந்தது. நகருக்குள் நுழைந்தபோது தன்னிடம் அவர் ஆருடம் கேட்க வேண்டும் என நிர்ப்பந்தித்தவனை ஒதுக்கி விட்டு அவர் விலகி நடந்தார். தளராமல் பின்னால் வந்தவன் தன் கையிலிருந்த மாய வரை படத்தை விரித்துக்காட்டி அதன் துணையோடு அவர் வேறொரு பரிமாணத்துக்கோ அல்லது விரும்புகிற எந்தவொரு காலத்துக்கோ பயணம் செய்யலாம் என்பதாய்ச் சொன்னான். தனக்கு அதில் விருப்பமில்லை என்று சொன்னபிறகும் பின்னால் தொடர்ந்து கொண்டிருந்தவன் மீது அவருக்கு சற்றே கருணை பிறந்தது. தனக்கு எதுவும் வேண்டாமென்று சொன்னவர் கையிலிருந்து தங்கத்தை எடுத்துத்தர அவனது முகம் சட்டென்று மாறிப்போனது. தனது ஆருடத்துக்கான பொருளை மட்டுமே யாரிடமும் பெற்றுக் கொள்ள முடியும் எனச் சொன்னவன் அவரிடமிருந்து விலகி நடக்க ஆரம்பித்தான். அவனை அழைத்தவர் தன் எதிர்காலம் குறித்து ஆருடம் சொல்லும்படியாகக் கேட்டு அவனுக்கான தங்கத்தைத் தந்தார். வெகுநேரம் அவரோடு உரையாடிக் கொண்டிருந்தவன் எப்போது திரும்பி வந்தாலும் தன்னைப் பார்க்க வரும்படி கேட்டுக் கொள்ள அவனிடமிருந்து விடைபெற்றுக் கிளம்பினார். அவனை மீண்டும் சந்திக்க வேண்டும் என்பதே அவரது மீள்வருகையின் விருப்பமாயிருந்தது.

நகரம் வெகுவாக மாறி விட்டிருந்தது. முன்பிருந்ததைக் காட்டிலும் அதிகமான நிமித்தக்காரர்கள் அங்கே சுற்றிக் கொண்டிருந்தார்கள். ஆருடம் கேட்க வேண்டும் என்பதாய்க் கட்டாயப்படுத்தியவர்களிமிருந்து மீண்டு வருவது அவருக்குப் பெரும் சிரமமாயிருந்தது. அவனை மீண்டும் பார்க்க முடியுமா என்கிற கேள்வியோடு அலைந்து கொண்டிருந்தவர் வரும் போது பயணத்தில் தன்னோடு உடன் வந்த மனிதரொருவர் அழுதபடி திரும்பி வருவதைப் பார்த்தார்.

இந்த நிமித்தக்காரர்கள் நம்மை ஏமாற்ற ஒரு புது வழியைக் கண்டு கொண்டிருக்கிறார்கள். நான் நடந்து செல்லும்போது ஒரு பஞ்சவர்ணக்கிளி என் தோளின் மீது வந்தமர்ந்தது. வெகு சுவாரசியமாக என்னோடு உரையாடவும் செய்தது. அதன் அழகில் மயங்கி செல்லமாய் நான் அதனைத் தடவிக் கொடுக்க சட்டென்று கூட்டமாக அவர்கள் என்னைச் சூழ்ந்து கொண்டார்கள். ஆருடம் சொல்லக்கூடிய இந்தப்பறவை என்னைத் தேர்ந்ததாகவும் நான் கண்டிப்பாக இதை வாங்கிக் கொள்ள வேண்டும் என்றும் வற்புறுத்தினார்கள். நான் முடியாது என்றபோது என்னை அடித்தும் உதைத்தும் என்னிடமிருந்த தங்கத்தை பிடுங்கிக் கொண்டு கிளியையும் பறித்துக் கொண்டார்கள்.

அந்த மனிதரைப் பார்க்க பரிதாபமாக இருந்தது. அவருக்கு ஆறுதல் சொல்லி நுழைவாயிலில் இருக்கும் காவலர்களிடம் புகாரளிக்கச் சொன்னார். பிழைப்பு என்றானபின் எதையும் செய்யத் துணிந்து விடுகிறார்கள் என்பதன் துயரம் அவரைச் சூழ்ந்தது. தனக்குள் யோசித்துக் கொண்டே நடந்தவரின் தோளில் ஒரு பஞ்சவர்ணக்கிளி எங்கிருந்தோ வந்தமர திடுக்கிட்டு நிமிர்ந்தார். ஹோவென்ற இரைச்சலோடு ஒரு கும்பல் அவரை நோக்கி ஓடி வந்து கொண்டிருந்தது. பெருத்த சப்தத்தோடு அவர்களில் முதல் ஆளாக தன்னை நோக்கி ஓடி வந்து கொண்டிருந்தவனை அவரால் அடையாளம் காண முடிந்தது.

தவிப்பு
"நான் தாகமாயிருக்கிறேன்.."

பாலைவனத்தின் நீண்ட மணற்பரப்பில் அவர் தனியாக நடந்து கொண்டிருந்தார். எந்தத் திசையில் பார்த்தபோதும் மணற்குன்றுகள் மட்டுமே தென்பட்டன. தான் சரியான பாதையில்தான் செல்கிறோமா எனும் குழப்பம் மேலிட நிமிர்ந்து

வானைப் பார்த்தார். தகிக்கும் சூரியனைத் தவிர்த்து வேறெந்த சைகையும் தென்படவில்லை. அவ்வப்போது சுழன்றடித்த காற்று வீசியெறிந்த மணற்துகள்கள் சூரியனையும் மறைக்க முற்பட்டன. மாலையில் சூரியன் சாய சற்றே ஓய்வெடுக்கலாம் என்றமர்ந்தவர் காலையிலிருந்து தான் எதையும் உண்ணவில்லை என்பதை உணர்ந்தார். கண்கள் மூடி தியானித்தவர் தன் கைகளை மணற் பரப்பின் மீது வைத்து அமைதியாய் பிரார்த்தித்தார். சிறிது நேரம் கழித்து அந்த இடத்தைத் தோண்ட அங்கே சில அப்பங்கள் இருந்தன. அவற்றை எடுத்துப் பசியாறியவர் தன்னிடம் மீந்திருந்த சிறிதளவு தண்ணீரையும் குடித்து முடித்தார்.

நான் கண்ட கனவு பலிக்காமல் போகாது. கண்டிப்பாக நாளை நானொரு புதியதொரு நகரைக் கண்டுபிடித்து அங்கே அவனது புகழைப் பாடித்திரிவேன்.

மறுநாள் அதிகாலையில் எழுந்து மீண்டும் அவர் தனது பயணத்தைத் தொடங்கினார். அன்றைய தினம் முழுதும் நடந்து திரிந்த பிறகும் அருகே நகரம் எதுவும் இருப்பதற்கான அறிகுறி ஏதும் தென்படவில்லை. பிறகும் ஏழு நாட்களுக்கு அவர் பாலைவனம் முழுக்க அலைந்து திரிந்தாலும் நகரத்தைக் கண்டுபிடிக்க முடியவில்லை. முதல் முறையாக அவருக்கு அயர்ச்சியாகவும் கோபமாகவும் இருந்தது. இல்லாதவொன்றைத் தேடி வெறும் கனவை நம்பிக் கிளம்பிய தானொரு முட்டாள் எனப் பாலைவனம் அதிரும்படியாகக் கத்தினார். உண்மையில் அவனுக்குக் கருணையிருந்தால் தன்னை இப்படி அலைக்கழிக்க மாட்டான் என்று புலம்பியவர் மயங்கிக் கீழே விழுந்தார். மீண்டும் அவருக்கு விழிப்பு வந்தபோது இருளின் மடியில் தனித்திருப்பதை உணர்ந்தார். அவருக்குப் பசியாயும் தாகமாயும் இருந்தது. தன்னைத்தானே கடிந்து கொண்டு கண்களை மூடி பிரார்த்தனை செய்தவர் சிறிது நேரத்திற்குப் பிறகு தனது கைகளின் கீழேயிருந்த மணலைத் தோண்டிப் பார்க்க அங்கே எதுவுமில்லை. நம்பிக்கையை இழந்தவனாகத் தான் கைவிடப்பட்டதை அறிந்து கொண்டவர் கதறியழ ஆரம்பித்தார். மறுதினம் பாலைவனத்தில் அலைந்து கொண்டிருந்த ஒட்டகமொன்றைப் பார்த்து வெறியோடு வெட்டி வீழ்த்தி அதன் மாமிசத்தை உண்ணத் தொடங்கினார்.

அர்ப்பணிப்பு
"எல்லாம் முடிந்தது.."

கார்த்திகைப் பாண்டியன்

மனிதர்களும் எலிகளைப் போலவே வாழ்கிறார்கள். தங்களுக் கென ஒரு வளையைத் தோண்டி அதற்குள் ஒளிந்து கொள் கிறார்கள். என்றாவது ஒருநாள் அதிலிருந்து வெளியேறி வாழ்க்கை யின் உண்மையைத் தேட முனையும்போது அவர்கள் நிதர்சனம் எனும் சூரியனைச் சந்திக்க நேரிடுகிறது. அப்போது தங்கள் கண்பார்வையை இழந்து குருடாகிப் போகிறார்கள்.

அவன் தேவகுமாரனாயிருந்தான். தன்னைக் காட்டிக்கொடுத்த வனை கொலை செய்தபின்பாக சிலுவையில் மரித்தான்.

அவன் சாரோன் எனும் அரக்கனாயிருந்தான். எந்தப் பாகு பாடும் இல்லாது இறந்தவர்களை வாழ்வின் மறுகரைக்கு கொண்டு செல்லும் படகைச் செலுத்தினான்.

அவன் ராதேயனாக இருந்தான். தனது தாய்க்குத் துயரத்தை உண்டாக்க செய்து தந்த சத்தியத்தை மீறி தன்னைத்தானே கொலை செய்தான்.

அவன் நிமித்தக்காரனாக இருந்தான். தன் மீது மற்றவர் கொண்டிருந்த நம்பிக்கைக்களை உடைத்தெறிய ஒருபோதும் அவன் தயங்கவில்லை.

அவன் தீர்க்கதரிசியாக இருந்தான். தான் வாழும் பொருட்டு யாரையும் எதையும் கடந்துபோக அவன் சித்தமாயிருந்தான்.

எல்லாம் முடிந்தது. அவன் தன்னை முழுதாய் உணர்ந்து கொள்ளும் இறுதி நிலையை நெருங்கியிருந்தான். அவனது பார்வை மெல்ல மெல்ல அவனை விட்டு நீங்கிக் கொண்டிருந்தது.

ஒப்புவிப்பு

“பிதாவே.. என் ஆவியை உமக்குத் தருகிறேன்..”

அந்தப் புகைவடிவத்தின் முன்பாக அவன் இரண்டாகப் பிளந்து அவர்களாக நின்றிருந்தான். தூய வெள்ளை நிறத்தில் ஒரு தேவதையென ஒருவனும் வால் முளைத்து அகோரமான உருவத்துடன் மற்றொருவனும் நின்றிருந்தார்கள். அவர்களின் தலைக்கு மேலே வானில் மேகங்கள் திரண்டு பெருத்த இடியுடன் மழை பொழியத் தொடங்கியது. அவர்கள் இருவரும் நிமிர்ந்து பார்க்க மேகங்கள் சட்டென்று விலகி வானில் ஒரு நுழைவாயில் தோன்றியது. தேவதையென இருந்தவனின் தோளில் இப்போது

சிறகுகள் முளைக்கத் தொடங்கியிருந்தன. அதை அவன் விசையோடு அசைத்து தரையிலிருந்து எழும்பி உயரே பறக்கத் தொடங்கினான். ஆனால் அவன் மேலேறிச் சென்றுவிடாமல் எதிரே நின்றிருந்த மற்றவன் விகாரமாகச் சிரித்தபடி தனது வாலால் அவனது கால்களைப் பற்றிக் கொண்டான். பதறிப்போன தேவதை மேலும் மேலும் தனது சிறகுகளை அசைக்க...

(அலெஹாந்த்ரோ ஹொரடொரோவெஸ்கிக்கு)

கலைடாஸ்கோப் மனிதர்கள்

பெரியார் பேருந்து நிலையத்தின் வளைவிலிருக்கும் அந்த பைக் ஸ்டாண்டுக்குள் அவன் நுழைந்தபோது சாயங்காலம் மணி ஆறை நெருங்கிக் கொண்டிருந்தது. மொத்த இடத்தையும் அடைத்துக் கொண்டு நின்றிருந்த பைக்குகள் சிதறிப்போன சங்கிலியொன்றின் கண்ணிகளை நினைவுறுத்தின. காலையில் விட்டுப்போன இடத்தில் தனது வண்டியினைக் காணாமல் தேடத் துவங்கியவன் ஒரு ஓரமாகத் தூக்கிக் கடாசப்பட்டிருந்ததைக் கண்டுபிடித்தான். ஊரின் மொத்தத் தூசியையும் எடுத்து அப்பினாற்போல பைக்கின் சீட் அலங்கோலமாகக் கிடந்தது. இது போன்ற தருணங்களில் பயன்படுத்தவென எப்போதும் பைக்கில் செருகி வைத்திருக்கும் துணியையும் காணவில்லை. எவனோ ஒரு பரதேசி அதைத் திருடிப் போயிருந்தான். என்ன செய்வதென்று தெரியாமல் அருகில் நின்றிருந்த வண்டிகளை நோட்டமிட்டான். டிவிஎஸ் 50 ஒன்றின் முன்பைக்குள் சிவப்பு நிறத்தில் நீண்ட துணியொன்று இருப்பது தெரிந்தது. அதனை எடுத்து வண்டியைத் துடைத்தவன் சத்தமில்லாமல் தன் பைக்குள் போட்டுக் கொண்டான். இனிமேல் கிழிந்த் துணியை வண்டிக்குள் வைக்கக்கூடாது என்று தனக்குத்தானே சொல்லியபடி வண்டியை எடுத்துக் கொண்டு ஸ்டாண்டிலிருந்து வெளியேறினான்.

அம்மாவுக்கு மாதாமாதம் கொடுக்கவேண்டிய ஹோமியோபதி மாத்திரைகளை வாங்க கீழவாசல் வரை போக வேண்டியிருந்தது. காம்ப்ளக்ஸ் பஸ் ஸ்டாண்டின் வழியே வண்டியை செலுத்தத் தொடங்கினான். வாகனங்களின் நெரிசல் சற்று அதிகமாகவே இருக்க மாலை வேளைகளில் இந்த சாலையில் வண்டியோட்டுவது போன்ற மடத்தனம் வேறேதும் இருக்க முடியாதென நினைத்துக் கொண்டவனை விர்ரென ஒரு ஸ்கூட்டி கடந்து போனது. அந்த வண்டியை ஓட்டிப்போனவள் பின்னாலிருந்து பார்க்க வெகு அழகானவளய்த் தெரிய அவள் முகத்தைப் பார்த்து விட வேண்டுமென்கிற ஆவல் இவனுக்குள் தோன்றியது. வண்டியை விரட்டினான். வேகத்தைக் கூட்டி வண்டியை அவளுக்கு முன்னால் கொண்டு சென்றவன் கண்ணாடியில் பிரதிபலித்த அவள் முகத்தைப் பார்த்தான். ஹெல்மெட்டின் கண்ணாடியையும் மீறித் தெரிந்த முகம் மிகுந்த வசீகரமாய் இருந்தது. காதில் இருந்த மாட்டிலும் மூக்கு குத்தியிருந்ததும் அவளுக்கு ஒரு தனி அழகைக் கொடுத்தது. பகலில் பார்த்தால் இத்தனை அழகாகத் தெரிவாள் என்பதாக அவனுக்குத் தோன்றவில்லை. ஆனால் இரவும் சோடியம் விளக்கின் மஞ்சள் ஒளியும் அவளை அந்தக் கணத்தில் ஒரு தேவதையென மாற்றியிருந்தன. சாதாரணமான ஒருவரைக் கூட அழகியாய்ச் செய்துவிடும் மாயம் இந்தப் பொன்மஞ்சள் நிறத்துக்கு உண்டென்பது அவனது நம்பிக்கை. இயற்கையின் மிக அற்புதமான படைப்பும் மிக மோசமான படைப்பும் எப்படி ஒன்றாகவே இருக்க முடிகிறது எனும் சந்தேகம் எப்போதும் போல அவனுக்குள் மீண்டும் வர தனக்குள் சிரித்துக் கொண்டான்.

அவள் தெற்குவாசல் பக்கம் போக இவன் மேலமாசி வீதிக்குள் வண்டியைத் திருப்பினான். பெருமாள் கோவில் சந்தில் சாலையின் ஓரமாயிருந்த லலிதா பேப்பர் ஸ்டோர்ஸ் கடையின் பெயர்ப்பலகையைப் பார்த்தபோது அவனுக்குத் தன் கல்லூரியின் ஞாபகம் வந்தது. புதிதாக வேலைக்குச் சேர்ந்திருந்ததால் உடன் வேலை பார்ப்பவர்கள் யாரும் அவனுக்கு அத்தனை பரிச்சய மாயிருக்கவில்லை. புதியவனோடு உரையாடுவதிலோ அவனுக்காக சூழலை இளகச் செய்வதிலோ பெரிதும் ஆர்வம் இல்லாதவர் களின் நடுவில் இவனை ஓரளவு மதித்துப் பேசிய ஜீவன்களில் லலிதாவும் ஒருத்தி. கணிதத்துறையில் வேலை பார்த்து வந்தவளின் மீது இவனுக்கு நிறைய மதிப்பும் சின்னதாய் ஈர்ப்பும் இருந்தது.

அன்றைக்கு அவர்கள் இருவரும் சேர்ந்து முடிக்க வேண்டு மென்பதாய் ஒரு வேலையை முதல்வர் அவர்களிடம் கொடுத்

திருந்தார். கணினியின் முன்பாக ஒன்றாய் அமர்ந்து வேலை செய்து கொண்டிருக்கையில் சட்டென்று மின்சாரம் துண்டிக்கப்பட இதுவரை செய்து முடித்த வேலைகளை Save செய்து பாது காக்காத நிலையில் அனைத்தும் தொலைந்து போயிருக்கும் என்பதை உணர்ந்த லலிதா "அய்யா சேசுவே எல்லாம் போச்சே" எனத் தலையிலடித்துக் கொண்டாள். இவன் அவளை வினோத மாகப் பார்த்தான். சிறிது நேரம் சென்றபின்பாக அவளிடம் வினவினான்.

"நீங்க கிறிஸ்டினா மேடம்.."

"இல்ல சார்.. மதமெல்லாம் மாறலை. ஆனா தேவகுமாரன் மேல நம்பிக்கை உண்டு.."

அதன் பிறகு அவனால் எப்போதும் லலிதாவோடு இயல்பாகப் பேசமுடியவில்லை. பொதுவில் அவனுக்குக் கடவுள் நம்பிக்கை கிடையாது என்றபோதும் இது மாதிரியான விசயங்களில் அவனுக்கெனத் தனியான சில நம்பிக்கைகள் இருந்தன. கடவுள் உண்டு என நம்புகிறீர்கள் என்றால் அவரது முடிவையும் நீங்கள் ஏற்றுக்கொள்ளத்தானே வேண்டும்? ஒருவரே உண்மையான கடவுள் அனைவரும் அவருக்குப் பிரியமானவர்கள் என்றால் எதற்காக இத்தனை மதங்கள்? எதற்காக நீங்கள் வேறோர் மதத்தில் பிறக்க வேண்டும், பின்பு உண்மையை உணர்ந்து கடவுளை அடைய வேண்டும்? நீங்கள் யார் எங்கே பிறக்கிறீர்கள் என்பதை உங்கள் பிரியத்துக்குரிய கடவுள் முடிவு செய்த பின்புதானே பிறக்கிறீர்கள்.. பிறகு எதற்காக இந்த மதமாற்றம்? அது மாதிரியான மனிதர்களின் மீது அவனுக்கு மிகுந்த வெறுப்புண்டு என்பதால் அதன் பிறகு லலிதாவோடு அவனால் இயல்பாகப் பேசவோ பழகவோ இயலவில்லை. என்ன ஏதேன்ற காரணம் தெரியாதபோதும் இவன் தன்னை ஒதுக்குகிறான் என்பது புரிந்தபோது லலிதா மிகுந்த துயரம் கொண்டவளானாள். அதை இன்று இவனிடம் நேரில் சொல்லவும் செய்தாள். ஆனால் எதையும் வெளிப்படையாகப் பேசும் தைரியமற்று இவன் அமைதியாக விலகி வந்து விட்டான். பேப்பர் கடையின் பலகையில் அவளது பெயரைப் பார்த்தவுடன் இவையெல்லாம் நினைவுக்கு வர தன் மீது உண்மையாய் அன்பு செலுத்தும் ஒருவரிடம் இதுபோல தான் நடந்து கொள்வது சரிதானாவென்கிற குழப்பம் அவனைப் பெரிதும் இம்சை செய்தபடி இருந்தது. ஏதேதோ யோசித்தவன் கடைசியில் தான் செய்வது சரிதானென சொல்லிக் கொண்டும்

யாருக்காகவும் எதற்காகவும் தன் கொள்கைகளை விட்டுத் தர முடியாது எனத் தனக்குள் சமாதானம் சொல்லியபடியும் வண்டியைச் செலுத்தினான்.

வழியில் வாடிக்கையாக அவன் புத்தகங்கள் வாங்கும் கடையின் முன்பாக வண்டியை நிறுத்தினான்.

“சுபா, இந்திரா ஏதும் வந்திருக்கா அண்ணே?”

“இல்லையே தம்பி..”

“சரி.. அப்போ ஒரு விகடன் மட்டும் கொடுங்க..”

“குமுதம்?”

“வேண்டாம்ணே.. விகடன் போதும்..”

தீவிரமாக புத்தகத்தின் கடைசிப் பக்க நையாண்டியில் பார்வையை ஓட்டியபடி வண்டியின் மீதமர்ந்தவனை அந்தக் குரல் கலைத்தது.

“தம்பி.. தம்பி..”

நிமிர்ந்து பார்க்கையில் அந்தப் பெரியவர் நின்றுகொண்டிருந்தார். குறைந்தது அறுபது வயதிருக்கும். தலையில் மிச்சமிருந்த கொஞ் சநஞ்ச முடியும் காற்றில் கலைந்து பங்கரையாகக் கிடந்தது. கண்களில் அணிந்திருந்த கண்ணாடி எப்போது வேண்டுமானாலும் கீழே விழலாம் என்பதாய்த் தொடுக்கிக் கொண்டிருந்தது. அவரது பற்களில் பெரும்பலானவை உதிர்ந்திருக்க வேண்டும் என்பதை நடுங்கியபடி குழறலாய் வெளிவனத வார்த்தைகள் உறுதி செய்தன. கையில் துணிமணி மூட்டை போன்ற ஏதோவொன்றை சுருட்டி வைத்திருந்தார். ஏதேனும் தர்மம் கேட்கப் போகிறாரோ என்பதாய் அவன் அவருடைய முகத்தை ஏறிட்டான்.

“ஒரு சின்ன உதவி தம்பி. எனக்குத் தவுட்டச்சந்தைல வீடு. வியாபாரம் எதுவும் இன்னைக்கு சரியாப் போகலை. கொஞ்சம் கொண்டு போய் விடுறியா? பசி நேரம் கண்ண இருட்டிகிட்டு வருது..”

அந்தக் கடைசி வரிகள் அவனை உலுக்கின. பசி ஒரு மனிதனை எங்கு கொண்டு வந்து நிறுத்துகிறது? யாரென முன்பின் அறிந்திராத மனிதனொருவனிடம் யாசகம் கேட்டு

நிற்க நேருவதைக்கூட அது பொருட்படுத்துவதில்லை. அவருக்கு உதவலாம் என்றாலும் இவனுக்குத் தன் வேலைகளை என்ன செய்வது என்று கவலையானது. ஹோமியோபதி மருத்துவர் இரவு எட்டு மணி வரைக்கும்தான் இருப்பார். அவன் தனது கடிகாரத்தைப் பார்த்தான். மணி ஏழை நெருங்கியிருந்தது.

"இல்லைங்கய்யா.. நான் அந்தப்பக்கம் போகலை... கீழவாசல் தான் போறேன்.. அங்க விடட்டுமா.."

"அப்படிச் சொல்லாத தம்பி... கொஞ்சம் சுத்திப்போனா சரியாப்போச்சு.."

இப்போது அவனிடம் கருணை மறைந்து எரிச்சல் தோன்றியது. பெரியவர் தன்னை அதிகாரம் செய்வதாக உணர்ந்தான். நான் என்ன செய்ய வேண்டும் எப்படிப் போக வேண்டும் என்பதை சொல்ல நீங்கள் யார் என்கிற கேள்வி எழுந்தது. ஆனாலும் அவரை அப்படியே விட்டுப்போகவும் மனதில்லை. குழம்பியவனாக நின்றவன் சரியென ஒரு முடிவுக்கு வந்தவனாக அவரிடம் சொன்னான்.

"ஏறுங்க அய்யா.. கொண்டு போய் விடுறேன்.."

அவர் தடுமாறியபடி வண்டியில் ஏறிக்கொண்டார். வண்டியை ஓட்டும்போதும் அவனுக்குள் அலைஅலையாகக் கேள்விகள் எழும்பியவண்ணம் இருந்தன. நான் ஏன் இவருக்கு உதவுகிறேன்.. எத்தனை பேரிடம் இவர் கேட்டிருப்பார்.. அவர்கள் எல்லாம் மாட்டேன் எனச் சொல்லிவிட்டுப் போகையில் என்னால் ஏன் அது முடியவில்லை? ஏன் ஒரு குற்றவுணர்ச்சி என்னைத் துரத்துகிறது? சரி.. நான் இவருக்கு உதவுகிறேன். ஆனால் இவரைப் போலிருக்கும் அத்தனை பேருக்கும் உதவும் மனம் கொண்ட மனிதர்கள் இங்கே இருப்பார்களா? என்னால் அவர்களுக்கு எல்லாம் உதவ முடியுமா? ஒருவேளை நான் இறுதிக்காலத்தில் அநாதை இல்லத்தில் கேட்பாரற்று இறந்துபோன எனது தாத்தாவையும் இவரையும் ஒப்பிட்டு குழப்பிக் கொள்கிறேனா? அவனுக்குக் குழப்பமாக இருந்தது. சில நேரங்களில் அதிகம் யோசிக்காமல் இருப்பதே நல்லதெனத் தோன்றியது. தனது கவனத்தை சாலையின் மீது திருப்பினான்.

செயிண்ட் மேரிஸ் ஸ்கூலை வண்டி தாண்டும்போதும் பெரியவர் நிறுத்துங்க தம்பி நிறுத்துங்க எனப் பதட்டமாகக்

கத்தினார்.

"ஏங்க.. தவுட்டுச் சந்தைன்னு சொன்னிங்க.."

"இல்ல தம்பி.." என்று அருகிலிருந்த ஹோட்டலைக் காண்பித்தவர் "அங்கே போனா தெரிஞ்ச ஹோட்டல்.. ஏதாவது சாப்பிடக் கொடுப்பாங்க.. சாப்பிட்டுப் போயிருவேன்.." என்றார்.

"வீட்டுல அவ மட்டும்தான் இருப்பா.. பிள்ளைங்க எல்லாம் வெளியூருல வேல பாக்குதுங்க.. பொழப்புக்கு இந்த டவுசரு ஜட்டி விக்குற தொழில் பண்றேன். எல்ல நாளும் நாம நெனெக்குறமாதிரி இருக்குறதில்லையே.. அந்த மாதிரி நாட்கள்ள இப்படித்தான் தெரிஞ்ச மனுசங்கள அண்டி ஓடுறது.."

வாய் சற்றே கோணியிருக்க இளித்தபடி அவர் சொன்னது அவனை என்னவோ செய்தது.

"ரொம்ப நன்றி தம்பி... உங்கள செரமப்படுத்திட்டேன்.. பத்திரமா பாத்துப் போங்க.." அவர் சாலையைக் கடந்து மறுபுறம் செல்ல இவன் அவரையே பார்த்துக் கொண்டிருந்தான்.

சட்டென்று ஏதோ நினைவுக்கு வந்தனவாக தன் பின்புறத்தைத் தொட்டுப் பார்த்தான். பர்ஸ் பத்திரமாக இருந்தது. சட்டைப் பைக்குள் மொபைல் பத்திரமாக இருக்கிறதாவெனப் பார்த்தான். இருந்தது. நிம்மதியாக வண்டியைத் திருப்பினான்.

தனி

ஆள் பேர் தெரியாதவொரு நகரத்தில் தன்னை முற்றிலுமாய்க் கைவிட்டு செல்போன் அணைந்து போகக்கூடுமென்பதை அவன் சற்றும் எதிர்பார்த்திருக்கவில்லை. ஏதோவொரு பாடலை முனகியபடி ஜனசந்தடி நிரம்பிய அந்த சிறிய ரயில் நிலையத்துக்குள் நுழைந்தவன் நேரம் என்னவென்பதை தெரிந்து கொள்வதற்காகத் தன் சட்டைப்பைக்குள்ளிருந்து அலைபேசியை வெளியே எடுத்துப் பார்த்தான். வெல்வெட் நிறக் கருப்பில் அகலமானதாய் இருந்த முகப்பு பொத்தான்களை அழுத்திய போதும் ஒளிர மறுத்து அமைதியாயிருந்தது. சார்ஜ் இல்லாமல் அது மரணித்துப் போயிருப்பதை அறிந்திராது மீண்டும் மீண்டும் அழுத்திக் கொண்டிருந்தவன் உண்மையை உணர்ந்த தருணத்தில் பாதுகாப்பாய் அவனைப் பிணைத்திருந்த இழைகள் அனைத்திலிருந்தும் முழுதாய்த் துண்டிக்கப்பட்டதாக ஒருகணம் அதிர்ந்தடங்கியது உடம்பு. பெரிதாய் பதட்டம் தொற்றிக்கொள்ள செல்போனின் பின்பகுதியைத் திறந்து பேட்டரியைக் கழற்றி மீண்டும் பொருத்தியவன் மேலும் கீழுமாய் அசைத்து அதனை ஆன் செய்ய முயற்சித்தான். ஆனால் எந்தவொரு சலனமுமின்றி செல்போன் மௌனித்திருக்க ஆத்திரம் கொண்டவனாய் கால் களைத் தரையில் ஓங்கி உதைத்தான். ஒரு ஆட்கொல்லி செடியைப் போல தனக்காக இந்தப் பெருநகரம் காத்திருந்ததை அவன்

110   மர நிறப் பட்டாம்பூச்சிகள்

நன்கறிவான். அதன் விரிந்த இதழ்களின் மயக்கும் நிறங்களுக்குள் ஒருபோதும் சிக்கிக் கொள்ளக்கூடாது எனும் பிரக்ஞையுடனிருந்தும் தன்னையும் மீறி அதன் நிழலுக்குள் வீழ்ந்தது அவனை துக்கம் கொள்ளச் செய்தது. ஓவென அலறியவனை ஒருகணம் நின்று உற்று நோக்கிய நகரம் மறுநொடி ஏதும் நடவாததைப் போல வழக்கத்துக்குத் திரும்பியது. களைத்துப் போனவன் மிகுந்த கனமாயுணர்ந்த மனத்தோடு அருகிலிருந்த கல்மேடையில் சென்று அமர்ந்தான். அன்றைய தினத்தின் துயரத்தைச் சொல்லும் அறிகுறிகள் அதிகாலையில் அவன் பேருந்து நிலையத்தில் வந்து இறங்கியபோதே தெரியத் துவங்கியிருந்தன.

முன்னெப்போதும் தான் பிரயாணப்படாத நகரத்துக்குப் போக வேண்டிய சூழலில் அவன் இரண்டு நாட்கள் முன்பாகவே தனக்கு நெருக்கமானவனை அழைத்துப் பேசியிருந்தான். தன் வீட்டில் அவன் தங்கிக் கொள்ளலாம் என்று உறுதி கூறிய நண்பன் எதற்கும் அச்சம் கொள்ள வேண்டாம் என்றும் காலையில் அவன் வந்திறங்கும்போது வரவேற்க தான் தயாராய் நின்றிருப்பதாய்ச் சொன்னபிறகே அவனுக்கு நிம்மதியானது. சிறுவயது முதலே நகரத்தைப் பற்றி மற்றவர்கள் சொல்லக் கேட்டிருந்த கதைகள் அவனுக்குள் சேகரமாகி புதிரானதொரு சித்திரத்தை உருவாக்கி இருந்தன. நகரமென்னும் கொள்ளிவாய்ப்பிசாசின் தீநாவுகள் எட்டாத தொலைவில் நின்றிருப்பதையே அவன் விரும்பினான் என்றபோதும் பணியின் நிமித்தம் சென்றாகவேண்டும் என்பதை அவனால் மறுக்க முடியவில்லை.

காலை ஏழு மணிக்குத்தான் போய் சேரும் என்பதாய் சொல்லியிருந்த சொகுசுப்பேருந்து ஐந்தரை மணிக்கெல்லாம் நகரத்தை வந்தடைய தூக்கக்கலக்கத்தோடு இறங்கினான். பிரம்மாண்டமான பேருந்து நிலையத்தின் விஸ்தீரணம் அச்சம் தருவதாய் இருந்தது. பொழுது விடியுமுன்பாக நண்பனை அழைப்பது சரியாக இருக்காது என்றெண்ணியபடி வந்தவனின் பார்வையில் ஓரமாயிருந்த பிளக்பாயிண்டில் செல்போன்களை செருகியவாறு நின்றிருந்த மனிதர்கள் தட்டுப்பட்டனர். பொதுவிடங்களில் இது மாதிரியான வசதிகள் கிடைப்பதென்பது அவனுக்கு ஆச்சரியமாக இருந்தது. இரவு முழுதும் தனது செல்போனை சார்ஜ் செய்யவில்லை என்பது நினைவில் இடற அவர்களினருகே சென்றான். போர்டில் ஒரு பாயிண்ட் மட்டும் காலியாயிருந்தது. அதில் தன் சார்ஜரைச் செருகியவன் செல்போனைக் கையில் பிடித்தபடி நின்றுகொண்டு கண்களைச் சுழற்றுகையில் அவளைப்

பார்த்தான். இருபது வயதைத் தாண்டியிராத இளம்பெண். வெள்ளரியைப்போல ஒடிசலான தேகம் என்றபோதும் மிக அழகாயிருந்தாள். வெளிர்நிற ஜீன்சும் பட்டாம்பூச்சிகள் பறக்கும் சிவப்பு நிற பனியனும் அவளுக்கு மிகப் பொருத்தமாயிருந்தன. தன்னை நெருங்கி வந்தபின்புதான் அவள் தனக்காக வரவில்லை என்பதும் சார்ஜருக்காக வந்திருக்கிறாள் என்பதும் அவனுக்குப் புரிந்தது. எல்லா பாயிண்டுகளிலும் சார்ஜர்கள் இருந்ததால் அவளை யாரும் கண்டுகொள்ளவில்லை. அவனருகே வந்தவள் மெல்லிய குரலில் பொதுவாகச் சொன்னாள். 'மொபைல் ஆஃப் ஆகிருச்சு. ஒரு ரெண்டு நிமிசம் பேசணும்..' அவள் கூறியது காதில் விழாததுபோல அனைவரும் அமைதியாக நின்றிருந் தார்கள். தவிப்போடு நின்றிருந்தவளைப் பார்க்க இவனுக்குப் பாவமாக இருந்தது. தன் சார்ஜரை எடுத்துக் கொண்டு விலகி அவளுக்கு வழிகொடுத்தான். சின்னதாய் ஒரு புன்னகையில் நன்றியைச் சொல்லிவிட்டு தனது சார்ஜரை அங்கே செருகியவள் செல்போனை அவசர அவசரமாக உயிர்ப்பிப்பதை அவன் அருகிலிருந்து பார்த்துக் கொண்டிருந்தான். எதிர்முனைக் குரலைக் கேட்டவுடன் உற்சாகமாகி பேசத் துவங்கினாள். அவள் சிரிப்பதையும் சிணுங்குவதையும் ரசித்துக் கொண்டிருந்தவன் வெகு நேரம் ஆனபிறகே அவள் தன் பேச்சை நிறுத்தும் முடிவிலில்லை என்பதை உணர்ந்தான். அவளருகே சென்று மெலிதாய் சைகை செய்ய இப்போது அவள் இவனை அறியாதவள் போல முகத்தைத் திருப்பிக் கொண்டாள். அவளது உடையின் பட்டாம்பூச்சிகள் அவளை நீங்கி பறந்து செல்வதைப் பார்த்துக்கொண்டே அங்கிருந்து விலகி நடந்தவன் பேருந்து நிலையத்தின் முகப்பை வந்தடைந்தான்.

வானம் மெதுவாக நகர்ந்து கொண்டிருந்தது. மெல்லக் கவியும் புகைமூட்டமென ரயில் நிலையத்தை சூழத் தொடங்கியிருந்தது இருட்டு. நடைமேடைகளினூடாக எதிரொலித்துக்கொண்டிருந்தன நகரத்தின் அடையாளமாக மாறிப்போயிருந்த வணிகவீதியின் விதவிதமான குரல்கள். அந்தக் கூட்டத்திலும் குரல்களிலும் தொலைந்து போன சிறு பிள்ளையாக அவன் நடைமேடையில் அமர்ந்திருந்தான். ரயில் இன்னும் வந்திருக்கவில்லை. தான் போய் இறங்கவேண்டிய நிறுத்தத்தின் பெயர் மட்டுமே அவன் நினைவிலிருந்தது. தான் வந்து அறைக்கு அழைத்துப்போவதாகச் சொன்ன நண்பனையும் தொடர்பு கொள்ள முடியாது. அணைந்து போன செல்போனோடு நண்பனுடைய எண்ணையும்

அவன் தொலைத்து விட்டிருந்தான். பத்து வருடங்கள் முன்புவரை செல்போன் மனித உடம்பின் உறுப்புகளில் ஒன்றாக மாறாதவரைக்கும் தனக்குத் தெரிந்த அனைவருடைய தொலை பேசி எண்களையும் அவன் மனப்பாடம் செய்து கொள்ளும் பழக்கம் கொண்டவனாயிருந்தான். யாருடைய பெயரைச் சொன் னாலும் மறுகணம் அவர்களுடைய எண்ணைச் சொல்லும் அவனது நினைவாற்றலை நண்பர்கள் வியப்பார்கள். ஆனால் இன்று எல்லாம் மாறிப்போனது, உடன் அவனும். நண்பர்கள் தொடர்ச்சியாக எண்களை மாற்றிக் கொண்டே இருந்தார்கள் என்றாலும் அவன் தன் வழிமுறையை மாற்றிக் கொண்டதற்கான காரணம் என அதை மட்டும் சொல்ல முடியாது. என்ன செய்யலாம் என யோசித்துக் கொண்டிருந்தவன் சட்டென திடுக் கிட்டான். கடைசியாகத் தன் காதலியிடம் அவன் பேசி ஒரு மணி நேரத்துக்கும் மேலாகியிருந்தது.

அவன் பேருந்து நிலையத்தின் முகப்பில் நின்று தன் முன்னுள்ள சாலையை உற்று நோக்கிக் கொண்டிருந்தான். குளிர்காலத்து காலைப்பொழுதின் ஊதற்காற்று பட்டு உடம்பு கூசியது. மணி ஏழைத் தாண்டியிருக்க அழைத்துப் போவதாகச் சொன்ன நண்பன் இன்னும் வந்திருக்கவில்லை. மப்ளர் அணிந்த தடித்த உயரமான ஒரு போலிஸ்காரர் சாலையின் ஓரமாகத் தூங்கிக் கொண்டிருந்தவர்களைக் காலால் உதைத்து எழுப்பிக் கொண்டிருந்தார். அவர் வாயிலிருந்து உதிர்ந்த வசைகளைப் பொருட்படுத்தாமல் மனிதர்கள் மெல்ல எழுந்து தங்களுக்குள் முனகியபடி நடந்து போனார்கள். அவனைக் கடந்து போகையில் ஒருகணம் நின்று அவர் முறைத்துப் பார்க்க தன் முகத்தை எங்கோ பார்ப்பது போலத் திருப்பிக்கொண்டான். நேரம் ஓடிக்கொண்டேயிருக்க பொறுமை இழந்தவனாக நண்பனை செல்போனில் அழைத்தான். வெகுநேரம் பாடல் ஒலித்து ஓய்ந்தது. ஒருவேளை தன்னை அழைத்துப் போக வண்டியில் வந்து கொண்டிருக்கலாம் என தனக்குள் சமாதானம் சொல்லிக்கொண்டு சாலையில் வேடிக்கை பார்க்கத் தொடங்கினான். மணற்துகள்களினூடாக மெல்ல உதிர்ந்து கொண்டிருந்த நேரம் கொஞ்சமாக அவனுள் பதட்டத்தை விதைக்கத் தொடங்கியிருந்தது. தொடர்ச்சியாய் செல்போனில் அழைத்து எந்த பதிலும் கிடைக்காத நிலையில் மனம் கூண்டுமிருகமாய் அலைவுற தன் நம்பிக்கையை இழந்திருந்தான். எங்காவது அறை எடுத்துத் தங்கவும் மனம் ஒப்பவில்லை. விடுதி

அறையின் தனிமை உள்ளிருந்து அச்சுறுத்தியது. இறுதியாகத் தனக்கு அத்தனை நெருக்கமில்லாத இன்னொரு நண்பனை சந்தேகத்தோடு அழைத்தான். ஆனால் தனது சிறிய அறையை அவனுடன் பகிர்ந்து கொள்வதில் எந்தப் பிரச்சினையுமில்லை என சந்தோசமாகச் சொன்ன மற்றவன் தனது அறைக்கு வந்து சேர அவன் ஏற வேண்டிய பேருந்து எண்ணையும் குறிப்பிட்டு வரச் சொன்னான். சற்றே பதட்டம் குறைந்து இவன் நன்றி சொல்லிவிட்டு பேருந்தைத் தேடியமர்ந்தான்.

அதிகாலை நடைப்பயிற்சி முடிந்து கடற்கரையிலிருந்து மக்கள் திரும்பிக் கொண்டிருக்க காற்று மென்மையாக வீசிக் கொண்டிருந்தது. அந்தப் பகுதியில் நிறைய பழைய புத்தகக் கடைகள் இருந்தன. முதிய மனிதர்கள் சாலையில் கிடந்த புத்தகங்களைப் புரட்ட அருகிலிருந்த நடைபாதைக் கடையில் ஷூ டையுடன் இளைஞர்கள் அவசர அவசரமாக சாப்பிட்டுக் கொண்டிருந்தார்கள். மிகக் குறுகலானதொரு சந்தின் வழியே நண்பனோடு அவன் நடந்து போனான். அது ஒரு மார்க்கெட்டில் போய் முடிந்தது. அங்கிருந்து மூன்று சாலைகள் பிரிந்து போயின. மேன்சனுக்கான வழியை நண்பன் சொல்லியிருந்தாலும் அவன் வராமல் போயிருந்தால் சரியான வழியை தன்னால் அடையாளம் கண்டு பிடித்திருக்க முடியாது என்பது அவனுக்குப் புரிந்தது. போகும் வழியெங்கும் விதவிதமான இனிஷியல்களைப் பெயராகக் கொண்டிருந்த மேன்சன்கள் தென்பட்டன. ஆனால் அனைத்தும் ஒரே மாதிரியாக சாயம் போன ஆரஞ்சு நிறக் கட்டிடங்களாயிருந்தது அவனுக்கு ஆச்சரியமாக இருந்தது. நகரத்தில் தான் பிழைத்துக்கிடக்கும் கதையை நண்பன் புலம்பிக் கொண்டே வந்தான். கவனமாகக் கேட்பதாக நடித்தவனுக்கு இன்னும் எத்தனை தூரம் நடக்க வேண்டும் என்கிற ஆயாசம். சற்று நேரத்தில் அந்த நடைபயணம் முடிவுக்கு வந்தது. இரும்பு கேட்டால் பூட்டப்பட்ட மற்றுமோர் வெளிர் ஆரஞ்சு நிறக் கட்டிடத்தின் முன்னே அவர்கள் நின்றிருந்தார்கள். அவன் அங்கே தங்க வேண்டுமெனில் ஏதாவது அடையாள அட்டை தேவைப் படும் என்பதை நண்பன் ஏற்கனவே சொல்லியிருந்தான். விடுதியின் கண்காணிப்பாளர் எங்கோ போயிருந்தார். நான்கில் ஒரு கால் உடைந்த நாற்காலி மட்டும் வாசலில் கிடந்தது. அவரிடம் பிறகு சொல்லிக்கொள்ளலாம் என்று அவர்கள் உள்ளே சென்றார்கள்.

மிக நேர்த்தியாக வெட்டப்பட்ட கிரானைட் கல்லைப்போல சதுரமான அறை. அதை அறை என்று முழுமனதாகச் சொல்ல

முடியாது. இரு சுவர்களையும் ஒட்டி இரண்டு மரக்கட்டில்கள் கிடந்தன. அதன் முனைகள் உடைந்து சிலாம்புகள் வெளியே துருத்திக் கொண்டிருக்க கவனமின்றி அமர்ந்தால் உடைகள் கிழிந்து போகும் அபாயமிருந்தது. கட்டில்களின் நடுவே ஒருவர் மட்டுமே நடந்து செல்வதற்கான பாதை. அதிலும் பெரும் பாலான இடத்தை புத்தகங்கள் ஆக்கிரமித்துக் கிடந்தன. சற்றே பெரிதான அந்தத் தீப்பெட்டியின் ஒரு பகுதியைப் பிரித்து குளியலறை தென்பட்டது. திரைப்படங்களில் காட்டுவது போல மேன்ஷனில் இருந்த அனைவரும் ஒரே கழிவறையைப் பகிர்ந்து கொள்ள வேண்டியிருக்காது என்ற நிம்மதி அவனுள் பரவியது. குளியலறையை ஒட்டியிருந்த ஜன்னல் உடைந்து அறைக்குள் விசையோடு வீசியது காற்று. இருவரும் அறையை விட்டு வெளியேறுகையில் நண்பன் சொன்னான். 'நீ உன் வேலையை முடிச்சுட்டுப் பொறுமையா வா.. நான் ஆறு மணிக்கெல்லாம் ரூமுக்கு வந்துருவேன்..' போக வேண்டிய இடத்தின் வழியை விசாரித்துக்கொண்டு அவன் அங்கிருந்து கிளம்பினான்.

அவள் தன் காதலை ஏற்றுக்கொள்வாள் என்பதை அவன் எதிர்பார்த்திருக்கவில்லை. அவன் அவளைக் காட்டிலும் சற்றே குறைவாகப் படித்திருந்த போதும், அவனது புடைத்த நீண்ட மூக்கையோ வெள்ளந்தியான சிரிப்பையும் பெரிதும் விரும்பியிராதபோதும், அவனை ஏற்றுக்கொண்டாள். மூன்றரை வருடங்களாக உடன் பணிபுரிபவளிடம் சென்று ஒருநாள் கூட அவன் தைரியமாகப் பேசியது கிடையாது. அவன் அவள் மீது விருப்பம் கொண்டிருப்பதை அறிந்த தோழி ஒருத்திதான் அவனுக்காக அவளிடம் பேசினாள். அதற்கு அவள் எந்த பதிலும் சொல்லாமல் போனது அவன் மனதைத் தைத்தது. அன்று மாலை அவள் அவனை செல்போனில் அழைத்து தாழ்ந்த குரலில் சொன்னாள். 'நீ இதைச் சொல்ல இன்னும் ஒரு வருசம் ஆகியிருந்தாலும் நான் உனக்காகக் காத்துக்கிட்டு இருப்பேன்..' அவள் அவனது தேவதை. தன் நினைவுகளாலும் அன்பாலும் அவள் அவனை முழுதாய் நிரப்பினாள். அவனைக்காட்டிலும் அதிகமாய் அவனை நேசித்தாள். மேலும், அவன் தன்னை நேசிப்பதை, தான் நேசிக்கப்படுவதை அவள் மிகவும் ரசித்தாள். அவனோடு நகரத்துக்கு வரமுடியாது போனாலும் அவளது குரல் அவனோடுதான் இருந்தது. தனது ஒவ்வொரு அசைவையும் அவள் தன் குரலின் வழியே கண்காணித்துக் கொண்டிருக்கிறாள் என்பதில் பாதுகாப்பாய் உணர்ந்தான். இப்போது அந்தக் குரலை

அவன் தொலைத்திருந்தான்.

தன்னைத் தொடர்பு கொள்ள அவள் தொடர்ந்து முயன்று கொண்டிருப்பாள் என்பதை அறிந்திருந்தான். செல்போன் காரணமின்றி அணைந்து போனது ஏன் எனத் தெரியாமல் அவள் குழம்பக்கூடும். கண்களில் நீருடன் நிற்பவளின் முகம் அவனுள் நிழலாடியது. எப்படியாவது அவளிடம் பேசி விட வேண்டும் என்கிற எண்ணம் துரத்த ரயில் நிலையப் படிக்கட்டுகளில் திரும்பி ஓடினான். வேகவேகமாகத் தங்களை இடித்துக் கொண்டு ஓடுபவனைத் திட்டியபடி மக்கள் கடந்து போனார்கள். வலதுபுறம் சரிந்து இறங்கிய பாதை வணிகவீதியில் போய் முடிந்தது. வானத்தின் கீழிருக்கும் அனைத்தும் கிடைப்பதாய் விளம்பரம் செய்யப்படும் அந்த வீதியின் ஏதோவொரு மூலையில் தனக்கான இரக்கத்தைக் கண்டடைய முடியும் என நம்பி அவன் தேடத் தொடங்கினான். ஆனால் ஒவ்வொருவரும் இரண்டு செல்போன்களோடு அலையும் காலத்தில் வாடகைத் தொலைபேசியை நம்பி பிழைப்பு நடத்த பெருநகரத்தில் யாரும் தயாராயில்லை. சற்று நேரம் அவன் அங்கேயே நின்றிருந்தான், எதற்கெனத் தெரியாமலே. கண்களில் கண்ணீர் தளும்பியது. செல்போனில் பேசியவாறு கடந்து போனவர்கள் அவனது துயரத்தை இன்னும் அதிகமாக்கினார்கள். அனைவரும் தங்களுக்கு நெருக்கமானவர்களின் கைகோர்த்து நின்றிருக்க தான் மட்டும் அனாதையாய் அலைவதாக உணர்ந்தவன் மீண்டும் ரயில் நிலையத்தை வந்தடைந்தான். யாரிடமாவது உதவி கேட்டு அவளிடம் பேசலாம் எனத் தோன்றியது. அவன் அமர்ந்திருந்த கல்மேடையில் முதியவொருவர் அமர்ந்திருந்தார். அவன் தயக்கத்தோடு அவரை அழைத்தான். ‘சார்..’ அவர் கவனமின்றி வேறெங்கோ பார்க்க அவன் மீண்டும் அழைத்தான். தன்னைத்தான் அவன் அழைக்கிறான் என்பதை உணர்ந்தவர் என்ன என்கிற கேள்வியை கண்களில் தேக்கி அவன் பக்கமாகத் திரும்பினார். ‘செல்போன் அமந்து போச்சு. ரொம்ப நேரமா வீட்டுல பேசவே இல்ல.. தேடிக்கிட்டு இருப்பாங்க.. கொஞ்சம் கோச்சுக்காம உங்க போனைக் கொடுத்தீங்கன்னா பேசிட்டுத் தருவேன்.. ஒரே ஒரு நிமிசம் சார்.. பிளீஸ்..’ கேட்கும்போதே குரல் தழுதழுத்தது. கண்களில் எந்த உணர்ச்சியும் காட்டாது அவனை சில நொடிகள் வெறித்தவர் சட்டென அங்கிருந்து கிளம்பிப் போனார். ‘பார்க்க டீசண்டா இருக்கான்... பிச்சையெடுக்குறதுல புதுவகை போல இருக்கு..’ அவர் தனக்குள் பேசிச்சென்ற வார்த்தைகள் அவனை

மொத்தமாய் அறுத்துப்போட்டன. காதுகள் அடைத்துக்கொள்ள கண்ணீரினூடாகக் கலங்கலாகத் தென்பட்ட மனிதர்களெல்லாம் சைகைகளில் பேசுவதாகத் தோன்றியது. சிரமப்பட்டு தன் அழுகையைக் கட்டுப்படுத்திக் கொண்டவனின் முன்பாக மின்சார ரயில் கிரீச்சென்ற சத்தத்தோடு தேய்ந்து நின்றது.

அந்த பிரம்மாண்டமான ஷாப்பிங் மாலின் உள்ளே நுழைந்த வனுக்கு தனது நினைவு குறித்தும் இருப்பு குறித்தும் சிறிது சந்தேகம் உண்டானது. ஒருகணம் தன்னைக் கிள்ளிப்பார்த்து அது கனவில்லை என்பதை உறுதி செய்து கொண்டான். வந்த வேலை விரைவாக முடிந்து போக மாலை வரை நேரத்தைப் போக்குவதற் காக அருகிலிருந்த மாலுக்குள் நுழைந்திருந்தான். ஆனால் அது தனக்குள் உண்டாக்கவிருக்கும் பதட்டத்தை அவன் அப்போது உணர்ந்திருக்கவில்லை.

சட்டென பனியின் சில்லிப்பு முகத்திலறைய அவன் வேறொரு உலகத்துக்குள் நுழைந்ததாய் உணர்ந்தான். அகலமான பெர்கோலா வடிவ வராந்தாவின் நடுவே நின்று நிமிர்ந்து பார்த்தவனின் கண்களில் வகை வகையான கடைகள் மற்றும் உணவுக்கூடங்களைக் கொண்ட ஐந்து மாடிகள் தட்டுப்பட்டன. மேலும் சில சினிமா தியேட்டர்களும். இதைப்போலவே இன்னும் இருவேறு பிரிவுகளும் அந்த மாலுக்குள் இருப்பதாக அருகிலிருந்த வரைபடம் சொல்லியது. கட்டிடத்தின் மூலைகளில் இயங்கிக் கொண்டிருந்த எஸ்கலேட்டர்களைக் கண்டவுடன் அவனுக்கு சிரிப்பு வந்தது. சில நாட்களுக்கு முன் அவனது ஊரில் சின்னதாக ஒரு ஷாப்பிங் மால் தொடங்கியிருந்தார்கள். அங்குதான் நகரத்தில் முதல்முறையாக எஸ்கலேட்டர் பொருத்தப்பட்டது. அன்று அவனது ஊரிலிருந்த பலரும் அதில் ஏறிப்போவதற்காக வரிசையில் காத்து நின்றதும் சிலர் தடுமாறி விழுந்ததும் நினைவில் வர மீண்டும் சிரித்துக் கொண்டான். படிகளில் ஏறி முதல் தளத்திற்கு வந்து சேர்ந்தவன் வேடிக்கை பார்த்தபடி நடந்தான். ஆடைகள் மொபைல்கள் எலக்ட்ரானிக் சாதனங்கள் எனப் பல மாதிரியான கடைகள். ஒவ்வொரு கடையைக் கடக்கும்போது வாசல்வழியாக குளிர்காற்று அதிகவிசையோடு முகத்தில் மோதி குளிர்ந்தது. பெரும்பாலான கடைகளில் வெறுமனே விற்பனை செய்பவர்கள் மட்டும் நின்றிருந்தார்கள். மெலிந்த கச்சிதமான காப்பாளர்கள் சீருடையணிந்து அவற்றின் வாயில்களைக் காத்து நின்றார்கள். உள்ளே நுழைந்து பார்க்கக் கூட ஆளில்லாத இந்தக் கடைகள் எப்படி இயங்குகின்றன என்று அவன் குழம்பினான்.

கார்த்திகைப் பாண்டியன்

ஒவ்வொரு கடையைக் கடக்கும்போதும் உள்ளிருப்பவர்கள் தன்னையே பார்ப்பதான உணர்வு துரத்தியது. நிமிர்ந்து பார்க்கையில் அவர்களுடைய சலனமற்ற கண்கள் பசித்த புலிகளை நினைவுறுத்த கண்களைத் தாழ்த்திக் கொண்டான்.

முற்றிலும் கண்ணாடிகளால் அலங்கரிக்கப்பட்ட அந்த இடத்தைக் காட்டிலும் அங்கு நடமாடிக் கொண்டிருந்த மனிதர்கள் அவனை இன்னுமதிகமாக ஆச்சரியம் கொள்ளச் செய்தார்கள். அவர்கள் அனைவருமே நகரத்துக்குள் ரகசியமாக இயங்கும் இன்னொரு நகரத்தைச் சேர்ந்தவர்கள் என்பதைப் போலிருந்தார்கள். அவர்களது உடைகளும் அலங்காரங்களும் ரொம்பவே வித்தியாசமாக இருந்தன. அவனது அலுவலகத்தில் இருக்கும் எல்லோருக்கும் அவன் அணிந்து வரும் ஆடைகள் ரொம்பவே பிடிக்கும். தனக்குப் பொருத்தமான கச்சிதமான ஆடைகளைத் தேர்ந்தெடுத்து அவன் அணிவதாக மற்றவர்கள் சொல்லும்போது அவனுக்குப் பெருமிதமாக இருக்கும். ஆனால் அந்த ஷாப்பிங் மாலுக்குள் இருந்த மக்களின் நடுவே தான் நிர்வாணமாயிருப்பதாக அவன் உணர்ந்தான். சினிமாவில் நடிப்பவர்கள் மட்டுமே அணியமுடியும் என இதுநாள் வரை அவன் நம்பிக்கொண்டிருந்த உடைகளில் மனிதர்கள் சகஜமாக அலைந்து கொண்டிருந்தார்கள். அவர்கள் முன் தான் ஒன்றுமேயில்லை என்கிற உணர்வு அவனை ஆக்கிரமிக்கத் தொடங்கியிருந்தது. போலவே, ஆண்களும் பெண்களும் எந்தவித கூச்சமுமின்றி ஒருவரையொருவர் அணைத்துக் கொண்டு போவதைப் பார்க்க அவனுக்குக் நடுக்கமாகவும் பொறாமையாகவும் இருந்தது. தன் காதலியோடு ஒருமுறை கூட அவன் வெளியே சுற்றியதில்லை. அலுவலகத்தில் ஒருமுறை யாரும் பார்க்காதபோது அவளது இடையில் கிள்ளி வைக்க மூன்று நாட்கள் பேசாமல் இருந்தாள். சற்றே மேடிட்ட தொப்பை விழுந்த அவளது இடையையும் சரியான அளவுகளில் குழைந்து சரியும் அற்புதமான இடைகளையும் அவன் ஒருகணம் ஒப்பிட்டுப் பார்த்தான். மற்ற பெண்களோடு தன்னை ஒப்பிடுவதைக் கண்டிப்பாக அவள் ரசிக்க மாட்டாள். ஆனால் அந்தப் பெண்கள் அவனைக் கிளர்த்தினார்கள். அபாரமான மார்புகளும் உடலின் வளைவுகளை தெள்ளத்தெளிவாகக் காட்டும் இறுக்கமான உடைகளும் அவர்களின் உடல்மொழியும் அவற்றிலிருந்து வழிந்த வாசனைகளும் அவனால் தாங்கிக் கொள்ள முடியாத இன்பத்தைத் தந்தன. ஆனால் இவர்களைப் போன்றவர்களில் ஒருவரைக்கூட தன் வாழ்நாளில் புணரமுடியாது

எனும் நிதர்சனம் கொஞ்சம் கொஞ்சமாய் அவனை ஆக்கிரமிக்க துயரத்தின் பெரும்பாரம் அவனை அழுத்தியது. அங்கிருந்து விரைந்து விலகி வெளியேறி வந்தவன் மெல்லச் சூழத் தொடங்கி யிருந்த இருளின் நடுவே ரயில் நிலையத்தை நோக்கி நடக்க ஆரம்பித்தான்.

பாதி இருளில் மூழ்கிக்கிடந்த மிகப்பெரிய ரயில் நிலையத்தில் அவன் ஒற்றை ஆளாக நின்றிருந்தான். அவனைத்தவிர வேறு யாரும் அங்கே இறங்கவில்லை. தொலைவில் தெரிந்த பச்சை சிக்னலை பெருத்த சப்தத்தோடு ரயில் கடந்து போக காலடியில் தரை தடதடத்தது. அவனை சூழ்ந்திருந்த வெறுமையையும் மனதின் தனிமையையும் தொந்தரவு செய்யும்படியான சின்னதொரு சத்தம் கூட கேட்கவில்லை. தனது இருதயம் படபடத்துத் துடிப்பதை அவனால் உணர முடிந்தது. மெல்ல நகர்ந்தவன் வெளியேறிப் போகும் பாதையைத் தேடத் தொடங்கினான். வெளிச்சமாய் இருந்த பகுதி முழுக்கத் தேடியும் அங்கிருந்து வெளியேறிப் போகும் பாதையேதும் தென்படாமல் போக குழம்பினான். பயத்தை மீறியதொரு ஆர்வம் உந்தித் தள்ள அவன் ரயில் நிலையத்தின் இருட்டான பகுதிக்குள் நுழைந்தான். எங்கிருந்தோ காற்று மெலிதாக வீசிக் கொண்டிருந்தது. சிறிதுநேரத் தேடலுக்குப் பிறகு ஓர் மூலையில் மேல்நோக்கி நீளும் சில படிகளைக் கண்டவன் அவற்றின் மீது தாவி ஏறினான். கால்களின் விசையின் கீழே படிகள் பொடித்துச் சிதறின. வாழ்வின் மாபெரும் சுழலில் இருளின் நடுவே ஒரு குருடனைப் போல அவன் திசையறியாது ஓடினான். சில்லென்ற காற்று நுரையீரலை நிரப்பி எரித்தது. நடுவில் ஒருகணம் நின்று ஆசுவாசப்படுத்திக் கொண்டவன் தனது இறுதி முடிவை அறிந்து கொள்ள பெருவிருப்பம் கொண்டவனாக இருந்தான். மீண்டும் ஓடத் தொடங்கியவன் மெலிதான வெளிச்சத்தின் நடுவே தன்னோடு பல நிழல்களும் ஓடி வருவதைக் கண்டான். அந்த நிழல்கள் அவனைத் துரத்தவில்லை. மாறாக அவனோடு சேர்ந்து வந்து கொண்டிருந்தன. அவன் அவற்றை உற்று நோக்கியபோது அவனுக்கு மிகப் பரிச்சயமான மனிதர்களை நினைவுபடுத்தின. அதில் அவளுடைய நிழலும் இருப்பதைக் கண்டான். பெருத்த குரலில் அவளது பெயரைச் சொல்லி அலறினான். ஆனால் பதிலாக கனத்த மௌனம் எங்கும் நிறைந்திருக்க தனிமையின் அளப்பரிய உண்மைகள் அவனுக்குள் சுழன்றன. அந்தப் பாதை கொஞ்சம் கொஞ்சமாகப் பெரிதாகிக் கொண்டே போக வெளிச்சமும் அதிகரித்துக் கொண்டே

கார்த்திகைப் பாண்டியன்

வந்தது. அவனோடு வந்து கொண்டிருந்த நிழல்கள் இப்போது வெளிச்சத்தில் ஒவ்வொன்றாய் மறையத் தொடங்கியிருந்தன. இறுதி நிழலாய் அவளும் காணாமல் போனபோது பாதை முடிந்திருக்க மஞ்சம் ஒளி பொங்கிப் பிரவகித்த அத்துவான வெளி யொன்றில் அவன் தனியாக நின்றிருந்தான். எங்கிருந்தோ சில சிவப்பு நிறப் பட்டாம்பூச்சிகள் பறந்து வந்து தோளில் அமர்ந்த கணத்தில் அவனது அலைபேசி ஒலித்தது.

பரமபதம்

1

மரணத்தை ஒரு மனித உடலிலிருந்து உயிர் பிரிவதை வெகு அருகிலிருந்து பார்க்கும் சந்தர்ப்பம் சில நாட்களுக்கு முன்பாக எனக்கு வாய்த்தது.

பணி முடிந்து வீடு திரும்பிக் கொண்டிருந்தேன். பூமியெங்கும் கறுப்பு மலர்கள் பூத்துக் குலுங்குவதென இருள் நிறைந்திருந்தது. நேரம் கண்டிப்பாக எட்டு மணியைத் தாண்டியிருக்கும். எனது அலைபேசி ஒலிக்க யாரெனப் பார்த்தேன். எனது பெரியப்பா வின் மகன் மணிகண்டன் அழைத்திருந்தான். வெகு அபூர்வமாக மட்டுமே என்னை அழைக்கக் கூடியவன். மனம் சந்தோசமாக உணரும் தருணங்களில் கடுமையாக நெடியடிக்கும் சாராயத்தை அருந்தியவாறு என்னை அழைப்பவன். நான் அவனோடு சேர்ந்து மதுவருந்துவதில்லை என்பதில் எப்போதும் அவனுக்கு வருத்தமுண்டு. இன்றும் அவனை ஏமாற்றப் போகிறோம் என்னும் எண்ணம் எனக்குள் கைப்பை விதைத்தது. பல நாட்களாக நோய்வாய்ப்பட்டவனின் சோர்வை குரலுக்குள் இழைத்துக் கொண்டு ஹலோ என்றேன். நான் எதிர்பார்த்ததைப் போலல்லாது அவனது குரல் தெளிவாகவும் ஆனால் பதட்டம் நிரம்பியதாகவும் இருந்தது. அந்தத் தருணத்தில் சந்தோசம் முற்றிலும் தொலைந்து

போயிருந்ததை எனக்கு அவனது உரையாடல் அறிவித்தது. பெரியப்பாவுக்கு திடீரென ஏற்பட்ட நெஞ்சுவலியின் காரணமாக நகரத்தின் மிகப்பெரிய மருத்துவமனையில் சேர்த்திருந்தார்கள்.

பெரியப்பாவின் மீது எனக்கு பெரிய மதிப்பிருந்ததில்லை. உண்மையைச் சொல்வதானால் அவருடைய முகம் கூட ரசமற்ற கண்ணாடியில் நெளியும் வடிவமற்ற பிம்பத்தைப் போல தெளிவின்றியே என்னுள் பதிவாகியிருந்தது. அவர் மனிதர்களைக் காட்டிலும் அதிகமாய் மதுவை நேசிக்கிறவராயிருந்தார். எப்போதும் யாரோடும் எதற்காகவும் சண்டை போட பெருவிருப்பம் கொண்ட மூர்க்கனாயிருந்தார். தவிரவும் தன் வாழ்நாளில் மனைவியைப் பெரிதும் பிரிந்தே வாழ்ந்து வந்தவர் உடன் வேலை பார்த்த பெண்மணி ஒருவரைத் தன்னோடு இணைத்துக் கொண்டார் என சில உறுதி செய்யப்படாத தகவல்களும் உண்டு. தனது அப்பா விரைவில் இறந்து போனால் நன்றாகயிருக்கும் என்பதாய் மணி என்னிடம் பலமுறை மதுவாடையின் புளித்த ஏப்பத்தோடு புலம்பியிருக்கிறான். அப்படிச் சொன்னவனின் குரலில் இன்று நிரம்பியிருந்த பதட்டம் என்னை இன்னுமதிகமாய் ஆச்சரியம் கொள்ளச் செய்தது.

நகரத்தின் மிகப்பெரிய மருத்துவமனை அது. முதல் முறையாக அதன் வளாகத்துள் நுழைகிறேன். அமைதியின் கனியைப் புசித்தாற்போல மௌனத்திலிருக்கும் சூழல் என்னை ஆச்சரியத்தின் படிக்கட்டுகளில் நெம்பித் தள்ளுகிறது. என் வாழ்நாளில் பார்த்திருந்த அத்தனை மருத்துவமனைக் காட்சிகளையும் மறுதலிக்கும் வினோதமானதொரு தருணத்தில் நான் நின்றிருந்தேன். பொதுவில் மருத்துவமனையின் சுவர்களில் கசிந்து கொண்டேயிருக்கும் மருந்துகளின் மூச்சடைக்கும் நெடியும் ஓலங்களும் எங்கோ மறைந்து கொண்டிருந்தன அல்லது அந்த இடத்தின் பிரமாண்டத்திலும் பகட்டிலும் தங்களை முற்றாய்த் தொலைத்திருந்தன. மார்பிள்கள் இழைத்த கட்டிடமும் சீருடை அணிந்த பணியாளர்களும் என அந்த இடமே புதிதாக அமைக்கப் பட்ட சினிமா அரங்கம் போல மினுங்கிக் கொண்டிருந்தது. பல்வேறு மதங்களின் கடவுள்களும் சிறு சிறு அறைகளில் மூடிய கண்ணாடிப் பெட்டகங்களில் அருள்பாலிக்க கண்மூடிய மனிதர்கள் வெகு நிம்மதியாகப் பிரார்த்தனை செய்து கொண்டிருந்தார்கள். மருத்துவமனை என்றால் அதன் உள்ளோட்டமாக நோய்மையின் கூறுகள் தென்பட வேண்டும். உண்மையில் அந்த இடம் மரணத்தின் தூதுவன் என்பதாயிருக்கும். ஆனால் வறுமையின்

நோய்மையின் துளி அடையாளத்தையும் பிரதிபலிக்காத இடத்தை நான் என்னவென்று புரிந்து கொள்வது? நீண்ட வளாகத்தில் எங்கேனும் நானறிந்த மனிதர்களின் முகம் தென்படுகிறதா என தேடத் துவங்கினேன். அவசர சிகிச்சைப்பிரிவின் வாயிலில் மணி கண்டனோடு எனது பெரியம்மாவும் அமர்ந்திருக்க அவர்களை நெருங்கினேன்.

நான் பெரியம்மாவின் அருகே சென்று அவள் கைகளைப் பிடித்துக் கொண்டேன். அவை சில்லிட்டிருக்க முழுக்கப் பிழிந்து வீசியெறியப்பட்ட பழம் போல அவளது முகம் சப்பிக்கிடந்தது. நோயால் பீடிக்கப்பட்ட மனிதர்களை மருத்துவமனையில் சேர்க்கும்போது உடன் வருபவர்களும் நோய் கொண்டவர்களாய் மாறிப்போகிறார்கள். பழுத்த ஜீவனற்ற தனது கண்களால் ஒருமுறை என்னை நிமிர்ந்து பார்த்தவள் மீண்டும் தன் கண்களைத் தாழ்த்திக் கொண்டாள். இவள் எதற்காக இங்கே வந்திருக்கிறாள்? வாழ்நாள் முழுவதும் தன்னை மனைவி என்றல்லாது ஒரு அற்ப ஜீவனாகக் கூட மதிக்காத மனிதனுக்காக அவள் இங்கே வந்து நின்று கொண்டிருப்பது எனக்கு அசூயையாயிருந்தது. அவளுக்கு அருகாமையில் நின்றிருந்த மணிகண்டன் கனவில் தொலைந்த பழுப்படைந்த கண்களோடு ஏதோவொரு சிந்தனையில் ஆழ்ந்தி ருந்தான்.

சிறிது நேரம் கழித்தே நான் வந்திருப்பதைத் தெரிந்து கொண்டவன் எனது கைகளைப் பிடித்து அவசர சிகிச்சைப் பிரிவின் உள்ளே அழைத்துப் போனான். மருத்துவமனையின் செயற்கையான சூழலையும் மீறி அந்த அறை துக்கம் கலந்ததொரு மௌனத்தில் ஆழ்ந்திருந்தது. எலெக்ட்ரானிக் கருவிகள் உண்டாக்கிய சத்தங்கள் மட்டும் அமைதியால் ஊதி பெருக்கப்பட்டவையாக உரத்து ஒலித்துக் கொண்டிருந்தன. வீழ்த்தப்பட்ட பெரிய கருத்த வனமிருகத்தைப் போல கட்டிலின் மீதாகக் கிடந்தது பெரியப்பாவின் உடல். கைலியைத் தவிர்த்து வேறெந்த உடையும் அவர் உடம்பின் மீது இல்லை. நெபுலைசர் பொருத்தபட்ட முகத்தில் பயத்தின் சாயம் கருப்பு மேகமெனப் படர்ந்திருக்க கண்கள் யாருமற்ற அத்துவானத்தை வெறித்தன. பிளேடால் கீறிப்பிளந்த கனியைப் போன்றிருந்த உதடுகளில் எச்சில் வழிந்து உறைந்த பனியாய்த் தேங்கியிருந்தது. பேட்டரி தீர்ந்து போன ரோபோவைப் போல கைகளும் கால்களும் உடம்போடு எந்த ஒட்டுதலுமின்றி செயலற்றுக் கிடந்தன. மரணமென்னும் அரூப மிருகம் அவரது காலடியில் காத்து நிற்பதை உணர்ந்து

கொண்ட தருணத்தில் எனது உடம்பு அதிர்ந்து நடுங்கியது. சீஃப் டாக்டர் அழைப்பதாக நீலநிற உடையணிந்த நர்ஸ் ஒருத்தி வந்து அழைக்கும்வரை நான் அவரையே பார்த்துக் கொண்டு நின்றிருந்தேன்.

டாக்டரின் அறை ட்யூப்லைட் வெளிச்சத்தில் ஒளிர்ந்தது. சுவரின் பிங்க் நிறமும் விளக்கின் பிரகாசமான சுண்ணாம்பு வெளிச்சமும் கலந்து வினோதமானதொரு கலவையில் மிதந்தது அறை. சதுர வடிவ மேசையின் பின்பாகக் கால்களை நீட்டி வெகு சுவாதீனமாக அமர்ந்திருந்தார் டாக்டர். கண்ணாடிக்குப் பின்னால் உருண்டு கொண்டிருந்த அவரது சிறிய கண்களில் ஏதோ ஒரு வசீகரம் இருந்தது. அவரருகே சென்றவுடன் எங்களை அமருமாறு பணிக்க, அவரது தயாள குணம் என்னை மேலும் ஆச்சரியம் கொள்ள வைத்தது. எந்நேரம் வேண்டுமானாலும் தோள்களின் பின்னால் இறக்கைகள் முளைக்க அவர் தேவதூதனாக மாறிடும் சாத்தியம் இருந்தது. முதலுதவிகள் மட்டுமே முடிந்திருப்பதாகச் சொன்னவர் மேலும் சிகிச்சையினைத் தொடர வேண்டுமெனில் ஆஞ்சியோ செய்ய வேண்டும் என்றும் அதற்கு பத்து லட்சம் வரை செலவாகக் கூடும் என்றார். சின்னதொரு திடுக்கிடலோடு மணி என் பக்கமாகத் திரும்பிப் பார்த்தான். நான் பொறுமையாயிருக்கும்படி அவனிடம் சொல்லிவிட்டு பத்து நிமிடங்களில் எங்களுடைய முடிவைத் தெரிவிப்பதாகச் சொன்னேன். நாங்களிருவரும் எழுந்து கொள்ளும் நேரம் சற்றே தன் குரலை கனைத்துக் கொண்டு அவர் தொடர்ந்தார். “அப்படியே ஆஞ்சியோ செய்தாலும் உயிருக்கு உத்திரவாதம் சொல்ல முடியாது. பிப்டி பிப்டி தான்..” அதைச் சொல்லும்போது அவருடைய குரல் கிரிக்கெட் மேட்சில் வர்ணனை செய்பவரைப் போலிருந்தது. நான் அவரது திசையில் தலையை இசைவாக அசைத்து ஆமோதித்தபடி வெளியேறி நடந்தேன்.

மனம் பெரும் குழப்பத்தில் ஆழ்ந்தது. பெரியம்மா என்னருகே வந்து என்ன சொன்னாங்க என்கிற வாக்கியத்தை மட்டுமே ஒரு கீ கொடுத்த பொம்மை போல மீண்டும் மீண்டும் கேட்டுக் கொண்டிருந்தாள். டாக்டர் சொல்லிய எல்லாவற்றையும் தெளி வாகச் சொன்னபின்னும் அவள் மீண்டும் என்ன சொன்னாங்க என்பதில் வந்து நிற்க நான் மெல்லமாக பொறுமையிழக்கத் தொடங்கியிருந்தேன். மணியும் என்ன செய்வதென்பதை அறியாத குழப்பத்தில் இருந்தான். அப்போதுதான் பெரியப்பா ரயிலில் வேலை பார்த்தவர் என்பது என் நினைவுக்கு வந்தது.

ரயில்வே மருத்துவமனையில் அவருக்கு இலவசமாக சிகிச்சை வாய்ப்புண்டு என்பதோடு இந்த மருத்துவமனையில் இருக்கும் எல்லா வசதிகளும் அங்கேயும் கிடைக்கும் என்பதை மணியிடம் சொன்னேன். அவனும் அதை ஒத்துக்கொள்ளவே செய்தான். ஆனால் ரயில்வே மருத்துவமனை அங்கிருந்து எட்டு கிலோமீட்டர் தொலைவில் இருந்தது. அத்தனை தூரம் பெரியப்பாவை தூக்கிச் செல்வதென்பது சாத்தியமா என்பதே இப்போது எங்கள் முன்பிருந்த கேள்வி. நாங்கள் விரைந்து சென்று டாக்டரிடம் எங்கள் முடிவைச் சொன்னோம். இத்தனை நேரம் அவருடைய கண்களில் தேங்கியிருந்த கருணை மறைந்து போயிருக்க இறுகிய குரலில் உங்கள் விருப்பப்படி செய்யுங்கள் என்றார். நன்றி சொல்லி வெளியேறியவன் ஒருகணம் நின்று திரும்பிப் பார்த்தபோது அவரது தலையின் மீது இரண்டு கொம்புகள் முளைத்திருந்தது.

மருத்துவமனையின் ரிசப்ஷனிலிருந்த பணிப்பெண் மிகுந்த ஆர்வம் கொண்டவளாக கணினித்திரைக்குள் மூழ்கியிருந்தாள். நான் அவளிடம் சென்று எங்களுக்கு ஆம்புலென்ஸ் தேவைப் படுவதை விளக்கிச் சொன்னேன். அசிரத்தையாய் கேட்டுக் கொண்டவள் போனை எடுத்து யாரிடமோ பேசிவிட்டு சிறிது நேரம் காத்திருங்கள் எனச் சொல்லியவளாக மீண்டும் கணினிக்குள் ஆழ்ந்தாள். நான் அவசர சிகிச்சைப்பிரிவின் முன்பாகயிருந்த பளிங்குப்படிக்கட்டுகளின் அருகே காத்திருந்தேன். அதற்குள் மணிகண்டன் முதலுதவி செய்ததற்கான தொகையை மருத்துவ மனையில் செலுத்திவிட்டு அதற்கான ரசீதோடு வந்து சேர்ந்தான். நான் அந்த ரசீதை வாங்கிக் கொண்டு மீண்டும் ரிசப்ஷன் பெண்ணிடம் பேசினேன். ஐந்து நிமிடங்களில் பெரிய ரயில் பெட்டியைப் போலிருந்த ஆம்புலன்ஸ் அங்கு வந்து நின்றது. டாக்டரின் அனுமதியின்றி நோயாளியை ஏற்றிக்கொண்டு போக முடியாது என்றான் டிரைவர். நான் மீண்டும் உள்ளே சென்று ஒரு அனுமதி அட்டையில் டாக்டரிடம் கையெழுத்து வாங்கி வந்தேன். தேர்ந்த பரிசோதகரைப் போல அதனை மூன்று முறை சரிபார்த்த பின் அவன் நோயாளியை அழைத்து வருமாறு சொன்னான். மருத்துவமனை தாதியரின் உதவியோடு நீண்ட ஸ்ட்ரெச்சரில் கொண்டு வரப்பட்ட பெரியப்பா சற்றே சிரமத்தோடு ஆம்புலன்சுக்குள் இடம்பெயர்ந்தார். மணிகண்டனும் பெரியம்மாவும் அவரோடு உள்ளே அமர்ந்து கொண்டனர். நான் எனது பைக்கில் வருவதாகச் சொல்லி கதவை மூடினேன். அந்த ஆம்புலன்சில் உள்ளே அவர்கள் மூவரைத் தவிர்த்து

வேறொருவரும் இருப்பதாக எனது உள்ளுணர்வு சொல்லியது.

2

மரணத்தில் நிழல் முதன்முதலாக என் மீது படிந்தபோது நான் பதினைந்து வயது மட்டுமே நிரம்பியவனாயிருந்தேன்.

அப்போது என் வீடு சுப்பிரமணியபுரத்தின் கல்லு சந்துக்குள் இருந்தது. ஒரு பழமையான காம்பவுண்டின் பாழ்பட்ட வீடுகளுள் ஒன்றில் நாங்கள் குடியிருந்தோம். நான், அம்மா மற்றும் அப்பா. அப்பாவுக்கு ரயில்வேயில் வேலை. அவர் மட்டுமல்லாது அவரது குடும்பத்தின் ஆண்கள் அனைவருக்குமே ரயிலில்தான் வேலை. எனவே எந்த ஊருக்குப் போவதானாலும் நாங்கள் ரயிலில் போவதுதான் வழக்கம்.

நான் ரயிலைப் பெரிதும் நேசித்தேன். மண்புழுவென ஊர்ந்து செல்லும் ரயிலினுடைய ஜன்னலின் வழியாக வேடிக்கை பார்ப்பதென்பது எனக்கு மிகவும் பிடித்தமான பால்யகால விளையாட்டாயிருந்தது. எனது கனவுகளையும் ரயில்களே நிறைந்திருந்தன. நான் குடியிருந்த வீட்டிலிருந்து சிறிது தொலை விலிருந்த மெஜூரா காலேஜ் ரயில் பாலம் தான் எனக்கான விளையாட்டுத் திடல். காளவாசலிலிருந்த தியேட்டரில் இங்கிலிஷ் படம் பார்க்க அழைத்துப் போகும்போதெல்லாம் அப்பா அந்த ரயில் பாதையின் வழியாகத்தான் அழைத்துப் போவார். பள்ளி யில் இல்லாத நேரங்கள் முழுவதையும் அங்கு விளையாடிக் களைப்பதை நான் வழக்கமாகக் கொண்டிருந்தேன்.

ரயில் தண்டவாளங்களை ஒட்டி ஒரு பாலமுண்டு. அதன் கீழே ஓடும் சாக்கடை ஒரு காலத்தில் நதியாயிருந்ததெனச் சொல்லு வார்கள். மழை அதிகமாகப் பெய்கிற நாட்களில் பள்ளத்திலிருந்து சாக்கடை நீர் பொங்கிப் பிரவாகமெடுத்து சாலைகளை நிறைக்கும். செடிகொடிகள், செத்தைகள், தூக்கியெறியப்பட்ட பழைய சாமான்கள் மற்றும் பிளாஸ்டிக் பைகள் எனப் பலவும் கலந்து மொத்த சாலையும் ஒரு சாகசக்காரனின் நாற்றமடிக்கும் கூடாரமென மாறிப்போகும். பாலத்தை ஒட்டிச் சின்னதாய் ஒரு குடியிருப்பும் உண்டு. தகர வீடுகளில் ஓலைக்கொட்டாய் போட்டு வசிக்கும் அந்தக் குழந்தைகளோடு விளையாடக்கூடாது என அம்மா எப்போதும் என்னைக் கண்டிப்பாள். ஆனால் நான் ஒருபோதும் அவளுடைய வார்த்தைகளுக்கு செவி சாய்த்தது

கிடையாது.

அன்றைய தினம் வழக்கத்தைக் காட்டிலும் அதிகமாய் காகங்கள் வானில் பறந்து கொண்டிருந்தன. அவற்றோடு போட்டி போட்டு நகர்ந்து கொண்டிருந்த மேகங்கள் கரடியின் வடிவில் கறுத்துத் தெரிந்தன. காற்றில் ஈரத்தின் வாசனையை உணர முடிந்தது. நான் தண்டவாளத்தின் ஓரமாக நடந்து கொண்டிருந்தேன். கொத்து கொத்தாக மனிதர்கள் பேண்டு வைத்திருந்த மலம் காய்ந்து நாறிக் கொண்டிருந்தது. பன்றிகள் அவற்றைத் தின்ன தங்களுக்குள் சண்டை போட்டுக் கொண்டிருக்க கர்புர் கர்புர் எனும் சத்தம் வெளியை நிறைத்தது. நான் மலத்தை மிதித்து விடாதபடி பாதுகாப்பாக நடந்தேன். தொலைவில் எங்கோ நாய்கள் ஊளையிடும் சத்தம் கேட்கத் திரும்பியவன் சட்டென எதையோ மிதித்து அருவெருப்போடு கீழே பார்த்தேன். பலூன் போல ஏதோவொன்று கிடந்தது. என்னவென்று தெரியாமல் அதை கைகளில் எடுத்தேன். பலூனுக்குள் திரவம் போல நெளிய அதைத் தூக்கியெறிய இடம் தேடி தண்டவாளத்தை ஒட்டி உட்பக்கமாய் நகர்ந்தேன். தொலைவில் எனக்கு எதிராக வந்து கொண்டிருந்த செம்பழுப்பு நிற நாயொன்று அதன் வாயில் பெரிய எலும்புத் துண்டைக் கவ்வியிருந்தது. நான் அந்த பலூனை தொடுவானத்துக்கும் அப்பால் வீசியடித்து விட்டுத் திரும்பியபோது நாய் என்னை சமீபத்திருந்தது. அதன் வாயிலிருந்த எலும்புத் துண்டை உற்றுநோக்கிய நான் அதிர்ந்தேன். அது ஒரு மனிதனுடைய கை. வளையல்கள் அணிந்திருந்த பெண்ணின் கை. அப்போதுதான் உடம்பிலிருந்து துண்டிக்கப்பட்டதாக அதிலிருந்து உதிரம் சொட்டிக் கொண்டிருந்தது. நான் நாய் நடந்து வந்த திசையில் ஓடத் தொடங்கினேன். தண்டவாளமெங்கும் சதைத்துணுக்குகள் சிதறிக்கிடக்க அவற்றை பறவைகள் கொத்திக் கொண்டிருந்தன. சிவப்பு நிற பெயிண்டால் வரைந்ததென ஒரு ரத்தக்கோடு தண்டவாளக் கட்டைகளின் நடுவே இழுபட்டிருந்தது. இன்னும் சற்று தொலைவில் கால் ஒன்று வெட்டுப்பட்டுக் கிடந்தது. தொடையிலிருந்து முழுதாகத் துண்டிக்கப்பட்ட கொலுசணிந்த கால். எனது பயம் அதிகரித்தது. அதைத் தாண்டி ஓடியவன் சற்று தொலைவில் சின்னதொரு மனிதக்கூட்டம் வட்ட வடிவில் கூடி நிற்பதைக் கண்டேன். விரைந்து ஓடி அவர்களோடு நானும் சேர்ந்து கொண்டேன். எனது கால்கள் கொக்குகளைப் போல மிக நீளமானவை என அம்மா அடிக்கடி கிண்டல் செய்வாள். கூடி நின்றவர்களைத் தாண்டி உள்ளே எட்டிப்பார்க்க அந்தக்

கால்களே உதவியாயிருந்தன.

அந்த வட்டத்தின் நடுவே முப்பது வயது மதிக்கத்தக்க பெண்ணொருத்தி விழுந்து கிடந்தாள். சிக்னலுக்காகக் காத்து நிற்காமல் பெட்டிகளினிடையே ஏறி கடக்க முயன்றவளை சட்டெனக் கிளம்பிய ரயில் வாழைத்தாரை இழுத்துச் செல்லும் யானையைப் போல பலதூரம் இழுத்து வந்து இங்கே தள்ளிவிட்டுப் போயிருந்தது. உடைகள் கிழிந்து தொங்கிக் கொண்டிருக்க அவளது உடலில் வலது காலும் இடது கையும் மட்டுமே மீந்திருந்தன. வலது காலும் முழங்காலினருகே முற்றிலுமாய் உடைந்து ஒரு சிறு துணுக்கில் தொங்கிக் கொண்டிருந்தது. கையும் காலும் வெட்டுப்பட்ட இடத்திலிருந்து வழிந்த உதிரம் சிவப்பாய் குளமெனத் தேங்கி நிற்க ஈக்கள் மொய்த்தன. கண்கள் பாதி திறந்தும் பாதி மூடியும் உயிர் அதன் வழியே சிறு சிறு சொட்டுகளாய் கண்ணீரென சிந்திக் கொண்டிருந்தது. பிளந்த உதடுகளின் வழியே தண்ணீர் தண்ணீர் என முனங்கிக் கொண்டிருந்தாள். அவ்வார்த்தைகளின் துயரம் கோடரியாய் என்னைப் பிளக்க நான் அங்கிருந்து விலகி ஓடினேன். தண்டவாளத்தின் ஓரமாக அமர்ந்து வாந்தியெடுத்துக் கொண்டிருந்த என்னைத் தாண்டிப்போன இரண்டு நபர்கள் அந்தப்பெண்ணின் மரணத்தை அறிவித்துச் சென்றார்கள்.

அன்று முழுவதும் நான் அம்மாவைத் துயரம் செய்து கொண்டேயிருந்தேன். மரணம் என்பது உண்மையில் என்ன? ஒரு கட்டத்தில் எனது தொணதொணப்பு பொறுத்துக் கொள்ள முடியாத இடத்தை வந்தடைய கையில் கிடைத்த விளக்கு மாறால் நையப்புடைத்து வெளியே துரத்தினாள். அழுதபடி காம்பவுண்டிலிருந்து வெளியே வந்த என்னை எதிர்வீட்டு சம்முவம் தாத்தா இழுத்துப் பிடித்து நிறுத்தினார். பிள்ளைகள் எங்கோ வெளியூரில் வேலை பார்க்க தனி மனிதராக எதிர் வீட்டில் வசித்து வந்தவர். நான் அழுகையினூடாக என் கேள்வியை அவரிடமும் கேட்டேன். சற்று யோசித்துப் பின் நிதானமாகச் சொன்னார்.

“மரணம் என்பது நீ இல்லாமல் போவது. நீ என்றால் உன் உடல் மட்டும் அல்ல. நீ உன் நினைவுகள் மற்றும் உன் உணர்வு கள்.. எல்லாம் இல்லாமல் போவது..”

அவ்வார்த்தைகளின் தீவிரம் எனக்கு முழுதாய் விளங்காதபோதும் மரணம் என்னும் பெரும்புதிர் அன்றிலிருந்துதான் என்னை

மெல்ல மெல்ல ஆக்கிரமிக்கத் தொடங்கியது.

3

வளர்ந்த நாட்களில் ஒரு பசிய காற்றென எனது மூச்சுக்குள் மரணத்தின் மணம் கலந்து விட்டிருந்தது. ரயில்கள் எனது கனவினை நீங்கி வேறெங்கோ பயணப்பட்டன. எனது கனவுகளின் பிரதியை மரணத்திடம் பறிகொடுத்துவிட்டேன். பின்பாக ஒரே ஒரு வர்ணத்திலான கனவு மட்டுமே என்னுள் மீதமிருந்தது. அந்தக்கனவு இதுதான்.

நான் மெதுவாகப் புரண்டு படுக்கிறேன். கண்களைத் திறக்க விரும்பாதபோதும் என்னைச் சுற்றி ஏதோ மெல்லியதொரு வாசனையை உணர முடிகிறது. எரிந்தடங்கிய பிணத்தின் சாம்பல் வாசனை. மெதுமெதுவாக அந்த வாசம் எனக்குள் நுழைந்து நெஞ்சம் நிறைப்பதை என்னால் தடுக்க முடியவில்லை. மாறாக அந்த வாசத்தைப் பெரிதும் விரும்புபவனாக என்னையும் அறியாமல் மேலும் ஆழமாக மூச்சை இழுத்து உள்வாங்கத் துவங்குகிறேன். ஒரு கட்டத்தில் காற்றால் முழுக்க நிரம்பிய நெஞ்சுக்கூட்டில் இடமில்லாமல் மூச்சு முட்ட ஹா என்று அலறியபடியே கண்கள் திறந்து எழுகிறேன். முந்தைய தினத்தின் இரவில் படுக்கையில் வீழ்ந்து கிடந்தவன் இப்போது ஒரு வனத்தின் பெரிய விருட்சத்தின் கீழே நின்று கொண்டிருக்கிறேன். அழுகிய திராட்சைச் சாறின் நிறத்தில் எங்கும் சூழ்ந்து கிடக்கிறது இருள். அது என்ன இடம் என்பது எனக்கு மிகப்பெரும் குழப்பமாகவும் ஏதும் புரியாமலும் இருக்கிறது. அந்த இடத்திலிருந்து வெளியேறும் வழி தெரியாமல் வேறெதுவும் செய்ய இயலாதவனாய் கண்களை மூடி மீண்டும் அந்த மரத்தின் கீழேயே படுத்துக் கொள்கிறேன்.

இத்தனை நேரமாக என்னை இம்சித்துக் கொண்டிருந்த வாசனை இப்போது முழுதுமாய்க் காணாமல் போயிருந்தது. கண்கள் இறுக மூடியபடியே சீக்கிரம் விடிந்து விட வேண்டுமென எதிர்பார்த்துக் காத்திருக்கிறேன். சற்று நேரம் கழித்து எங்கோ தொலைவில் யாரோ அழும் ஓசை கேட்கத் தொடங்குகிறது. ஒரு சிறுகுழந்தையின் குரலை ஒத்த அந்த அழுகை தொலைவில் ஆரம்பித்து புகை போல பிரயாணம் செய்து என்னருகே வந்து சப்பணமிட்டு அமர்ந்து கொள்கிறது. நேரம் ஆக ஆக அந்த ஒலி இரண்டாக பத்தாக நூறாக பல்கிப்பெருகி என்னை பெரும்பாரமென அழுத்துகிறது. நாராசம் தாங்காமல் கண்கள்

திறவாமலே என் காதுகளை இறுகப் பொத்திக் கொள்கிறேன். சடுதியில் அந்த ஒலி பூனைகளின் ஓலமென மாறி ஓங்கி ஒலிக்கத் தொடங்குகிறது. அந்த அலறலை மேலும் தாங்க முடியாதெனும் கணத்தில் அலறியபடி எழுந்து திக்குத் தெரியாமல் ஓடத் தொடங்குகிறேன்.

அந்தக்காட்டில் எந்தப்பக்கம் போவதென்பதை நான் அறிந்திருக்க வில்லை. மயிலின் தோகையாய் கிளைகள் விரித்து நிற்கும் மரங்கள் அடர்த்தியாயிருக்க பாதை தேடி ஓடுவதென்பது மிகவும் கடினமாக இருக்கிறது. பூமியில் அழுந்தப் பதிந்திருந்த வேர்கள் தடுக்கி கீழே விழுந்து உடம்பெங்கும் சிராய்ப்புகள். எதையும் பொருட்படுத்தும் நிலையில் நானில்லை. எந்த வாசனையும் குரலும் என்னைத் தீண்ட முடியாதவொரு இடத்துக்குப் போய் விட வேண்டுமென்பதே சிந்தையில் நிரம்பியிருக்கிறது. திரும்பிப் பார்க்காமல் ஓடுகிறேன். எத்தனை நேரம் ஓடினோம் என்றோ எத்தனை தூரம் வந்திருப்போம் என்பதோ தெரியாமல் மூச்சிரைத்து இறுதியாகப் பிசாசென நின்று கொண்டிருந்த ஒரு பெரிய மரத்தினடியில் வந்து இளைப்பாறுகிறேன்.

நான் மட்டும்தான் இந்த வனத்தில் இருக்கிறேனா அல்லது வேறு மனிதர்களோ மிருகங்களோ உண்டா? இது என்ன மாதிரியான இடம்? உண்மையா இல்லை மாயமா என்பது எனக்கு சந்தேகமாக இருந்தது. நானிருக்கும் நிலை கண்டு ஆச்சரியமாகவும் இன்னொரு புறம் அழுகையாகவும் வருகிறது. அடுத்து நான் என்ன செய்ய வேண்டும் என்பதோ இந்த மாயக்காட்டில் இருந்து எப்படி வெளியேறுவது என்பதோ தெறியாமல் திகைத்துப் போய் செயலற்றவனாக நின்று கொண்டிருக்கிறேன்.

அப்போதுதான் என் முதுகுக்குப் பின்னால் அந்த சத்தம் கேட்டது. மெதுவாகத் திரும்பிப் பார்த்தவன் அதிர்ந்து போனேன். அங்கிருந்த புதருக்குள் இருந்து வெளியேறி அவர்கள் என்னை நோக்கி வந்து கொண்டிருந்தார்கள். குறைந்தது பதினைந்து பேர்களாவது இருப்பார்கள். வெகு வினோதமாக கற்கால மனிதர்கள் போல் உடையணிந்திருந்தவர்களை நான் இதற்கு முன்னமே எங்கோ பார்த்த ஞாபகம் இருக்கிறது. என் நினைவுகளின் அடுக்குகளில் தேடிப் பார்த்து அடையாளம் புரியும்போது மனம் பல துண்டுகளாக சிதறுண்டு போனது. அவர்கள் எல்லோருமே எனக்கு வெகு நெருக்கமான நண்பர்களாய் இருப்பவர்கள்.

சிறுவயது தோழர்கள் முதல் வளர்ந்த நாட்கள் வரை நான் வெகுவாய் நேசித்த பலரும் அந்தக் கூட்டத்தில் இருந்தார்கள். ஆனால் அவர்கள் முகத்தில் பயங்கரமான வெறி இருந்தது. அனைவருமே தங்கள் கைகளில் ஏதேதோ ஆயுதங்களைத் தாங்கியபடி என்னை நோக்கி முன்னேறி வருகிறார்கள். யாரிடமும் என்னை அடையாளம் கண்டுகொண்டதற்கான சுவடே இல்லை. மாறாக என்னை அடித்துக் கொல்லும் வெறியே இருந்தது. நான் அவர்களுடைய பெயர்களைச் சொல்லி அலறுகிறேன். அதைக் கண்டுகொள்ளாமல் முகங்கள் எல்லாம் கல்லாக இறுகிப் போயிருந்த அவர்கள் என்னை நோக்கி முன்னேறுவதிலேயே குறியாக இருக்கிறார்கள். அவர்கள் கையில் அகப்பட்டால் கண்டிப்பாக என்னால் தப்பமுடியாது என்பதை உணர்ந்தவனாக மீண்டும் ஓடத் தொடங்குகிறேன்.

திரும்பி திரும்பி பார்த்தபடி வெகு நேரம் நிற்காமல் ஓடிக்கொண்டிருந்தவனின் கண்களில் சட்டென்று அந்த ஒளி தட்டுப்படுகிறது. நெருப்பு மூட்டப்பட்டதற்கான அந்த அடையாளம் மனதை சற்றே ஆற்றுப்படுத்துகிறது. அங்கு சென்றுவிட்டால் யாரேனும் மனிதர்கள் இருக்கலாம் எனவும் அவர்கள் உதவியோடு இங்கிருந்து தப்பிவிடலாம் என்றும் நம்பி நெருப்பை நோக்கி ஓடத் தொடங்குகிறேன். ஆனால் இன்னும் இருபதடி போனால் அந்த நெருப்பை அடைந்து விடலாம் எனும் சூழலில் கால்கள் தேய்த்து நிற்கிறேன். எதிர்பாரா பல கஷ்டங்களைத் தந்திருக்கும் இரவு எனக்குள் நிறையவே எச்சரிக்கை உணர்வை உருவாக்கி இருந்தது. நெருப்பை நெருங்குமுன் அங்கிருப்பவர்கள் யாரெனத் தெரிந்து கொள்ள விரும்பியவனாக ஒரு மரத்தின் பின்னே நின்று கொண்டு கவனிக்கத் தொடங்குகிறேன்.

சிலுவை வடிவிலிருந்த ஒரு மரக்கட்டை தரையில் நடப்பட்டு தீப்பந்தம் போல கொழுந்துவிட்டு எரிந்துகொண்டிருக்கிறது. அதைச் சுற்றி சில மனிதர்கள் நிற்கிறார்கள். எல்லாருமே முகத்திலிருந்து கால்வரை மூடிய ஒரு நீள அங்கியை அணிந்திருக்கிறார்கள். மேலும் சிலர் அருகிலிருக்கும் மரங்களுக்கும் செடி கொடிகளுக்கும் நீர் ஊற்றிக் கொண்டிருக்கிறார்கள். சற்று தொலைவில் ஒரு வீடு தென்படுகிறது. அதன் கூரையிலிருந்து ஒரு மானின் உடல் இரும்புக் கொக்கியில் மாட்டி தொங்கிக் கொண்டிருக்கிறது. சட்டென அந்த வீட்டின் கதவு திறக்க உள்ளிருந்து பெருத்த சப்தத்தோடு முக்காடு அணிந்த மனிதனொருவன் வெளியே வருகிறான். வெவ்வேறு திசையில் நின்றிருந்த மனிதர்கள் அனைவரும் அவன்

முன்பாகக் குழுமுகிறார்கள். அவன் தன் தலையை மூடியிருக்கும் துணியை நெகிழ்த்துகிறான். பார்த்துக் கொண்டிருக்கும் எனக்கு மூச்சு ஒரு கணம் நின்று போகிறது. முகம் இருக்க வேண்டிய இடத்தில் அவனுக்குக் கபாலம் மட்டும் இருக்கிறது. மற்றவர்களும் தங்கள் முக்காடுகளை எடுக்க அனைவரும் கபால முகத்தினராக இருக்கிறார்கள்.

அந்தக் கூட்டத்தின் தலைவன் போல இருந்தவன் சிறிது நேரம் கழித்து கையசைக்க யாரோ ஒருவனை சிலர் கைகள் கட்டி இழுத்து வந்தார்கள். இவர்களைப் போலல்லாது அவனொரு சாதாரண மனிதனாக இருக்கிறான். நெருப்பு வெளிச்சத்தில் முகம் மூடாமலிருந்த அவனை என்னால் பார்க்க முடிகிறது. மின்னல் தாக்கியவனாய் நான் அதிர்ந்து போகிறேன். அவர்கள் அழைத்து வந்தது என்னைத்தான். இங்கிருந்து பார்த்துக் கொண்டிருக்கும் நான் எப்படி அவர்கள் கையில் சிக்கிக் கொண்டிருக்கிறேன் என்று எனக்கு அதிர்ச்சியாக இருக்கிறது. முகத்தில் சிரிப்போடும் சிறிதளவு பயமும் கொண்டிராத அவன் யாராக இருக்கக் கூடும் என யோசித்துக் கொண்டிருந்த வேளையில் அவன் என்னைக் கண்டு கொண்டான். அதோ நான் அங்கிருக்கிறேன் என்னைத் தப்ப விடாதீர்கள் பிடியுங்கள் என்னைப் பிடியுங்கள் எனத் தொடர்ச்சியாக கத்த ஆரம்பித்த அவன் குரல் கேட்டு என்பக்கம் திரும்பியவர்களால் மிரண்டு நான் வேறொரு திசையில் ஓடத் தொடங்குகிறேன்.

மூச்சுக்காற்று நெஞ்சை எரிக்க இதற்கு மேலும் ஓடமுடியாதெனும் கணத்தில் நான் அந்த வனத்தின் இருளில் தொலைந்து போனவனாக தள்ளாடி நடந்து வந்து மரத்தின் அடியில் விழுகிறேன். பயமும் அயர்ச்சியும் அழுந்த என்னை மறந்தவனாக தூங்கிப் போகிறேன். வெகு நேரத்துக்குப் பிறகு நினைவு திரும்பு கிறது. மெதுவாகப் புரண்டு படுக்கிறேன். கண்களைத் திறக்க விரும்பாதபோதும் என்னைச் சுற்றி ஏதோ மெல்லியதொரு வாசனையை உணர முடிகிறது.

4

போரால் சிதைக்கப்பட்ட கட்டடத்தைப் போல என் மனம் மரணத்தின் நினைவுகளில் சிக்குண்டு கிடந்தது. மரணத்தைக் காட்டி லும் அது நிகழும் விதம் என்னை மேலும் அச்சுறுத்தியது.

அலெக்ஸ் எனது நெருங்கிய நண்பன். பள்ளிக்காலம் தொட்டு என்னோடு படித்தவன். நான் முதன்முதலாகப் புகைத்தபோது சிகரெட்டை என்னோடு பங்கு போட்டுக் கொண்டவன். அவனுடைய அப்பாவை எனக்கு ரொம்பப் பிடிக்கும். ஒரு மனிதன் நாடோடியைப் போல வாழ வேண்டுமென அடிக்கடி சொல்வார். எனது அம்மாவைப் பார்க்கும்போதெல்லாம் "குழந்தையைக் கைக்குள் வச்சு வளக்காதீங்க.. ஒண்ணுமில்லாமப் போயிடுவான்.." என இளித்தபடியே சொல்வார். ஒருநாள் காலை வெளியூர் போவதற்காக பேருந்து நிலையத்தில் நின்றிருந்தார். அங்கே எப்போதும் சுற்றிக் கொண்டிருக்கும் பைத்தியக்காரன் ஒருவன் அவரைப் பார்த்திருக்கிறோன். என்ன நினைத்தானோ ஏது நினைத்தானோ அருகிலிருந்த பெரிய கல்லை எடுத்து அவருடைய தலையில் போட்டு விட்டு சிரித்துக் கொண்டிருந்தான். அலெக்ஸின் அப்பா அந்த இடத்திலேயே மரித்துப்போனார். நாங்கள் போய் பார்த்தபோது மரணத்தின் வேதனையை மீறி ஏன் எனும் கேள்வி அவரது கண்களில் தேங்கி நின்றது.

எனக்கு நெருக்கமான மனிதர்களில் நிகழ்ந்த முதல் மரணம்.

மரணம் எல்லோரையும் தொடர்ந்து கொண்டேயிருக்கிறது வேவு பார்க்கும் ஒற்றனைப் போல அது நாம் அருகாமையில் எங்கோ ஒளிந்திருக்கிறது. தனக்கான தருணத்துக்காகக் காத்திருக்கிறது.

மரணங்கள் தொடர்ந்து கொண்டேயிருந்தன. எனக்கு நெருக்கமானவர்களின் நான் நன்கறிந்தவர்களின் மரணம். ஒவ்வொரு மரணமும் எனக்குள் பயத்தின் விதைகளை இன்னுமதிகமாய் விதைத்தது. வாழ்க்கையென்னும் வறண்ட நிலத்தில் துயரத்தின் அழுகிய கனிகளைப் புசிப்பவனாக நான் அலைந்து கொண்டிருந்தேன். மரணத்தின் மீதான எனது பயத்தை அறிந்த நண்பனொருவன் எனக்குப் புத்தகங்களை அறிமுகம் செய்தான். இப்படியாகத்தான் எனது தேடலின் வழியாக நீட்சேவையும் காம்யுவையும் எனக்கு நெருக்கமானவர்களாக நம்பத் தொடங்கினேன். கடவுளின் மரணத்தை என் மனதுக்கு நெருக்கமாகவும் உணர முடிந்தது. வாழ்க்கையென்பது பிறப்புக்கும் மரணத்துக்குமான இடைவெளி எனில் அதன் அர்த்தம் தான் என்ன? எல்லாவற்றுக்கும் மேலாக அவர்களிருவரும் மரணித்த விதம் இன்னுமதிகமாய் என்னை பாதித்தது.

5

ஒரு சிற்றூரில் நிகழ்ந்த இலக்கியக் கூட்டத்துக்குப் போயிருந்தேன். காம்யுவின் படைப்புலகம் பற்றிய கூட்டம். தனிமனித வாழ்க்கையை காம்யு எப்படி முன்னிறுத்தினார் என்பது குறித்து அற்புதமாகப் பலரும் பேசினார்கள். இறுதியாக ஒரு எழுபது வயது முதியவர் பேச வந்தார். தன்னை ஒரு கட்சியின் சார்புடையவனாக அறிவித்துக் கொண்டவர் தொடர்ந்து இவ்வாறு சொன்னார்:

"இன்றைய உலகில் காம்யுவின் தேவை என்பதுதான் என்ன? சமூக நோக்கம் கொண்டிராத எந்தவொரு எழுத்தையும் என்னால் அங்கீகரிக்க முடியாது. காம்யு தன்னை நீட்சேவுடன் அடையாளப் படுத்திக் கொள்கிறார். இருவருமே மரணத்தைக் கண்டு அஞ்சியவர்கள். ஒருவன் ஏன் மரணத்தை அஞ்ச வேண்டும்? மரணம் என்பது ஒரு விடுதலை. அது கொண்டாட்டமாக இருக்க வேண்டும். சில நாட்களுக்கு முன்பாக என் அம்மா இறந்து போனாள். வீட்டிலிருந்த அனைவரும் அழுது ஆர்ப்பாட்டம் செய்து கொண்டிருந்தார்கள். நான் அமைதியாய் நின்றிருந்தேன். அவளது உடலையும் நான்தான் எரியூட்டினேன். மறுநாள் சடங்குகளுக்காக அவளது சாம்பலை சேகரிக்கச் சென்றிருந்தோம். எனது அம்மாவின் சாம்பலின் நடுவே ஒரு துளி எலும்பு கூடக் கிடைக்கவில்லை. ஒரு பூப்பொல முழுதாய் எரிந்து போயிருந்தாள். எனக்கு மனதுக்கு அவ்வளவு சந்தோசமாக இருந்தது. அப்படியொரு நிம்மதியான வாழ்க்கையை அவள் வாழ்ந்து சென்றிருக்கிறாள். இதை நாம் கொண்டாட வேண்டாமா?"

நான் உள்ளுக்குள் பிழம்பாய் கனன்று கொண்டிருந்தேன். அவர் பேசிக் கொண்டிருக்கையில் எழுந்து நின்று கைகளை உயர்த்தினேன்.

"அய்யா.. எனக்கொரு சந்தேகம்.."

என்ன என்பதாய் தன் பேச்சை நிறுத்திவிட்டு அவர் அமைதியாய் நின்றிருந்தார்.

"உங்களுடைய அம்மாவுக்குப் பதிலாக, ஒரு பேச்சுக்கு, உங்களுடைய இரண்டு வயது பேரக்குழந்தை இறந்திருந்தாலும் நீங்கள் கொண்டாட்டமாகத்தான் இருப்பீர்களா?"

அவரது கண்கள் இருண்டு போயின. கைகள் துடிக்க ஒரு

கெட்ட வார்த்தையை அலறியபடி என்னை அடிக்கப் பாய்ந்தார். நான் பொறுமையாய் சொன்னேன்.

“இப்போதாவது காம்யு உங்களுக்கு நெருக்கமானவராய் இருக் கிறாரா என்று பாருங்கள்..”

வெளியேறி வரும் வழியில் நின்றிருந்தவர்கள் என்னை வெறுப் போடு பார்த்தார்கள். மன்னியுங்கள். நான் உங்கள் ஓர்மையைக் குலைத்து விட்டேன். ஆனால் அதற்காக என்னை மாற்றிக் கொள்ள முடியாது. எனது அச்சம் என்னவென்பதை நான் மட்டுமே அறிவேன்.

6

இரவு பத்து மணியைத் தாண்டியிருந்தது.

இருளினூடாக நீளும் இந்த சாலையின் ஏதோ ஒரு மூலையில் நின்றபடி மரணம் என்னைப் பார்த்து சிரித்துக் கொண்டி ருக்கக்கூடும். மகிழ்ச்சியின் சுவடுகள் ஏதுமற்று மரணத்தில் சென்று முடிவடையும் சாலைகளை நாம் தவிர்க்கவே முடிவதில்லை. காலத்திலிருந்து துண்டாக வெட்டப்பட்டு எங்கெங்கோ சிதறிக் கிடந்த நினைவுகளை எடுத்துக் கோர்த்தபடியே நான் பைக்கை செலுத்திக் கொண்டிருந்தேன்.

ரயில்வே மருத்துவமனையின் வளாகத்துக்குள் வண்டியை நிறுத்திவிட்டு இறங்கி நடக்கத் தொடங்கினேன். எனது உடல் மெலிதாக நடுங்கிக் கொண்டிருந்தது. அதற்கான காரணத்தையும் என் உள்மனம் அறிந்திருந்தது. சாவின் பாதையில் நடந்து கொண்டி ருப்பதான உணர்வு. எனது கனவுகளை நிரப்பியிருந்த சாம்பலின் வாசனை நாசியைக் கிளர்த்த மரணம் என் கண்முன்னால் நிற்பதான தோற்ற மயக்கம். தலையை பலமாக அசைத்தவாறே மருத்துவமனைக்குள் நுழைந்தேன்.

ஆம்புலன்ஸில் இருந்து இறக்கப்பட்ட பெரியப்பா ஸ்ட்ரெச் சரில் கிடக்க பெரியம்மாவும் மணிகண்டனும் தலைகுனிந்து நின்றிருந்தார்கள். போனில் தகவல் சொல்லி எனது அப்பாவும் மணியின் இரண்டு நண்பர்களும் வந்திருந்தார்கள். தூக்கம் கலைந்த எரிச்சலுற்று கண்களோடு பணியாளனொருவன் சத்தமாக அவர்களிடம் கத்திக் கொண்டிருந்தான். “இப்படி ஒரு மோசமான சூழல்ல எப்படி சார் பேஷண்ட கொண்டு வரப் போச்சு? அங்கய

வச்சு பாக்க வேண்டியதுதானே..?" திட்டியபடியே ஸ்ட்ரெச்சரை அவன் இழுத்துக்கொண்டு போனான். நாங்கள் அவனைப் பின் தொடர்ந்து உள்ளே சென்றோம்.

நகப்பூச்சு பிரிந்த நகங்களைப் போல மருத்துவமனையின் சுவர்கள் காரை உரிந்து மூளியாய் நின்றன. அந்த மருத்துவ மனையின் சூழலும் மயான அமைதியுமே ஒரு மனிதனை தற்கொலைக்கு தூண்டக்கூடும் என்பதாய் எனக்குத் தோன்றியது. நீண்ட வராந்தாவைக் கடந்து வலப்புறமாய்த் திரும்பியவன் அழுகிய முட்டையின் வீச்சமடித்த கழிப்பிடத்தைத் தாண்டி அவசர சிகிச்சைப் பிரிவுக்கு ஸ்ட்ரெச்சரைக் கொண்டு சென்றான். தகர உருளைகள் எழுப்பிய சத்தத்தில் சில உள்நோயாளிகள் என்ன என்பதாய் எட்டிப்பார்த்தார்கள். ஆனால் பணியாளின் ஒரு அதட்டலில் வெளிச்சத்தைக் கண்ட எலிகளாய் அவர்கள் மீண்டும் தங்கள் படுக்கைகளுக்குள் புகுந்து கொண்டார்கள்.

மணியினுடைய நண்பனொருவன் முன்னதாகவே வந்து தகவல் சொல்லியிருக்க அவசர சிகிச்சை பிரிவில் மனிதர்கள் தயாராக இருந்தார்கள். அங்கே இப்போது மூன்று நபர்கள் இருந்தார்கள். அவர்களில் ஒருவர் டாக்டராக இருக்கக்கூடும். பெரியப்பாவை உள்ளே கொண்டு செல்வதைக் கதவிலிருந்த வட்ட வடிவக் கண்ணாடியின் வழியே நான் பார்த்துக் கொண்டிருந்தேன். சரக்கு லாரிகளில் ஏற்றப்படும் மூட்டையைப் போல அவர்கள் பெரியப்பாவை ஒரு கட்டிலின் மீது தூக்கிக் கிடத்தினார்கள்.

அந்த அறை மூன்றாக பிரிக்கப்பட்டிருந்தது. வலது ஓரமிருந்த கட்டில் காலியாயிருக்க பெரியப்பா நடுவிலிருந்த கட்டிலின் மீது படுத்திருந்தார். அவருக்கு இடப்புறமிருந்த கட்டிலில் வயதான மனிதொருவர் இருப்பதை நான் பார்த்தேன். அகால வேளையில் தனக்கருகே புதிய மனிதனொருவனைக் கொண்டு வந்து கிடத்துவதையும் அவனுடலில் உபகரணங்கள் பொருத்தப் படுவதையும் அவர் ஆர்வமாகப் பார்த்துக் கொண்டிருந்தார். அவர் பார்ப்பதைக் கண்ட பணியாளர்களில் ஒருவன் கண்களில் கடுமையோடு உரக்க சத்தம் போட்டபடி இருவருக்குமிடையே ஒரு திரைச்சீலையை இழுத்து விட்டான்.

பெரியப்பாவின் உடம்பில் இப்போது சில உபகரணங்கள் பொருத்தப்பட்டிருந்தன. அங்கிருந்தவர்களில் அந்த உபகரணங் களில் சிலவற்றின் பெயரை அறிந்தவனாக நான் மட்டுமே

இருந்தேன். பெரியப்பாவின் தலைக்கு மேலிருந்த திரையில் சில எண்கள் மின்னிக் கொண்டிருந்தன. நாற்பதுக்கும் தொண் ணூறுக்குமிடையே மாறி மாறி இயங்கிக் கொண்டிருந்த எண்கள் பெரியப்பாவின் இதயத் துடிப்பைக் குறிப்பவை என நான் அறிவித்தபோது அந்தச் சூழலின் மிக முக்கியமான மனிதனாக நான் மாறிப்போனேன். பெரியம்மா ஒரு இருக்கையில் சென்று அமர்ந்து கொள்ள அப்பா தொலைவிலிருந்து என்னைப் பார்த்துக் கொண்டிருந்தார். மணி கலங்கிய கண்களோடு தன் நண்பர்களிடம் பேசிக் கொண்டிருந்தான். நான் எனது மொத்த கவனத்தையும் அந்த எண்களில் நிலைநிறுத்தி உன்னிப்பாக கவனித்துக் கொண்டிருந்தேன்.

பெரியப்பாவின் வாய் வழியே நீண்ட இரும்புக்கழியொன்றைச் செருகி அவர்கள் ஏதோ செய்ய முயற்சித்துக் கொண்டிருந்தார்கள். மானிட்டரில் எண்கள் குறைவதும் கூடுவதுமாயிருக்க மிக உக்கிரமானதொரு விளையாட்டை ரசிக்கும் சிறுவனின் உற்சாகம் என்னுள் நிரம்பத் தொடங்கியிருந்தது. வாழ்வில் முதல்முறையாக ஒரு போரை நான் நேரடியாகப் பார்த்துக் கொண்டிருந்தேன். உயிர் எப்படியாவது தப்பித்து மேலேறி வர ஏணிகளைத் தேர்ந்து முயலுகிறது. ஆனால் நாகம் தன் வைரக்கண்களால் அதனைக் கண்காணித்துக் கொண்டேயிருக்கிறது. தொட்டு விடும் தூரத்தில் தான் மீட்பு என்கிற நிலையில் தன் பிளந்த நாவால் உயிரைத் தீண்டுகிறது. பாதாளத்தில் வந்து வீழும் உயிர் தன் போராட்டத்தை மீண்டும் தொடங்குகிறது. காலன் உருட்டியாடும் பரமபதத்தின் ஒரு சாட்சியாய் நான் நின்றிருந்தேன்.

டாக்டர் என்பதாக நான் யோசித்திருந்தவர் இப்போது பெரியப்பாவின் மார்பின் மீதேறி அமர்ந்து குத்தத் தொடங்கினார். நான் மானிட்டரை கவனித்தேன். எண்கள் இருபதிலிருந்து கீழிறங்கி விரைந்து கொண்டிருந்தன. பணியாளர்கள் மிகுந்த பரபரப்போடு இயங்கிக் கொண்டிருந்தார்கள். எனக்கு அருகி லிருந்த பெரியவரின் முகத்தைப் பார்க்க வேண்டும் எனத் தோன்றியது. தனக்கு அடுத்த படுக்கையில் கிடக்கும் மனிதன் மெல்ல செத்துப்போவதை அருகிலிருந்து உணரும் மனிதன் என்னவாயிருப்பான்? பீதியில் வெளிறிய முகமும் அச்சத்தில் தெறித்துச் சிதறும் கண்களோடும் அவர் தன் தலையணையை இறுக கட்டிக் கொண்டு படுத்திருக்கலாம். எனக்கு ஒருகணம் சிரிப்பாக வந்தது. ஆனால் சூழலை உத்தேசித்து என்னை நானே கட்டுப்படுத்திக் கொண்டேன்.

மானிட்டரில் இப்போது எண்கள் எதுவும் இல்லாமல் போயிருக்க அலைகள் ஏதுமற்ற ஒரு கோடு மட்டும் சீரான நிலையில் தெரிந்தது. நான் முகத்தை இறுக்கமாக்கிக் கொண்டு அப்பாவின் அருகே சென்றேன். “எந்நேரமும் எதுவும் நடக்கலாம். எதற்கும் தயாராயிருங்கள்..” இதுநாள் வரை சினிமாக்களில் மட்டுமே பார்த்த டாக்டர்களின் துயரம் ததும்பிய குரலில் நான் இதைச் சொன்னது எனக்கு ஆச்சரியமாக இருந்தது. ஆனால் அதை அறிவிக்கும் இடத்தில் நானிருந்தது உள்ளுக்குள் எனக்குப் பெருமையாகவுமிருந்தது. அந்தத் தருணத்தை மெல்ல மனதுக்குள் அசைபோட்டபடி நின்றிருந்தவர்களைக் கடந்து வெளியேறி வந்தேன். பெரியம்மா அப்பாவிடம் போய் என்ன சொல்றாங்க என கேட்டுக் கொண்டிருந்தாள்.

மருத்துவமனையை விட்டு வெளியேறி ஓரமாக நின்று சிகரெட்டைப் பற்ற வைத்தேன். யாருமற்ற சாலையில் வானத்தின் கீழ் சிறு மின்மினியாய் நின்றிருந்தேன். மேகத்தில் மிதப்பதென உடம்பின் எடை குறைந்திருந்தாய்த் தோன்றியது. வாழ்வில் முதல்முறையாக மரணத்தைக் கண்டு அஞ்சாது ஒரு தோழனைப் போல உணர முடிந்ததன் வியப்பு. காம்யுவின் வரிகள் நினைவுக்கு வந்தன.

மரணம் என்கிற ஒற்றைத் துயரத்துக்கு வெளியே, சந்தோசம் அல்லது மகிழ்ச்சி, எல்லாமே விடுதலைதான்.

யாரோடும் இல்லை

கார்த்திகைப்பாண்டியனை நான் தொடர்ச்சியாகப் படித்து வருகிறேன்.

கார்த்திகைப்பாண்டியன் ஒரு பொறியியலாளர்.

கார்த்திகைப்பாண்டியன் மத்திய வர்க்கத்தைச் சார்ந்த ஒருவர்.

கார்த்திகைப்பாண்டியனின் விருப்ப எழுத்தாளர்களாக எஸ்ராவும் சாருநிவேதிதாவும் இருந்திருக்கிறார்கள்.

இவற்றையெல்லாம் சொல்ல ஒரு காரணம் உண்டு. சிலரைத் தொடர்ச்சியாகப் படிக்கும்போது அவற்றையெல்லாம் எழுதுகிற மனிதர் பற்றி அறிய ஒரு ஆர்வம் தோன்றும். சிலரை அறிய அவர்கள் எழுதுபவையே போதும். சிலர் எழுதுகிறவற்றை பூரணமாக உணர எழுத்தாளனைப் பற்றியும் அறிந்து கொள்ள வேண்டி இருக்கிறது.

எந்த அமைப்புகளோடும் கடப்பாடு கொள்ளாமல் தனித்து வாழ்வை இலக்கியத்தை எதிர்கொள்கிற மனிதர் கார்த்திகைப் பாண்டியன். எஸ்ராவைத் தொடர்ந்து வந்திருந்தாலும் லத்தீன் அமெரிக்க சாயல்கள் வாய்ந்த கதைகளைக் குறைவாகவே எழுதி

இருக்கிறார். இந்தத் தொகுப்பில் உள்ள சிலுவைகளின் கதை மட்டுமே அந்த சாயலில் வந்திருக்கிறது. தமிழ் இலக்கியத்தின் மற்றொரு பெரும்போக்கான ரஷிய யதார்த்த உருவவாத கதை களின் சாயலும் அவரிடம் இல்லை.

கார்த்திகைப் பாண்டியனின் அக உலகம் ஒரு ஐரோப்பியனின் உலகம். இன்னும் குறிப்பாகச் சொல்லப் போனால் ஒரு பிரஞ்சு மனிதனின் உலகம். Avant garde என்று சொல்லப்பட்ட பிரெஞ்சுப் புதிய அலை எழுத்தாளர்களின் சாயல் கார்த்திகைப்பாண்டியனின் எழுத்துக்களில் அழுத்தமாகவே இருக்கிறது. நவீன இலக்கியத்தை சார்த்தரின் இருத்தலியல்வாதமும் ஆல்பெர் காம்யுவின் அபத்த வாதமும் பாதித்த அளவுக்கு வேறு எதுவும் பாதித்திருக்கிறதா என்று நான் ஐயுறுகிறேன். இன்னொரு மிகப்பெரிய சக்தியாக கருத்து விசையாக நான் பிராய்டின் உளவியலை கருதுவேன். கார்த்திகைப்பாண்டியனிடம் முதல் இரண்டு தத்துவங்களும் மிக ஆழமானபாதிப்பைச் செலுத்துவதைக் காண முடிகிறது. உண்மையில் அபத்த தரிசனத்தைதமிழில் இந்த அளவு தொடர்ச்சி யாக எழுதுகிற ஒரு தற்கால எழுத்தாளர் என்று இவரையே சொல்லவேண்டும்.

அபத்தம் ஒரு தரிசனமல்ல என்று சொல்கிறவர்கள் (இதில் கார்த்திகைப்பாண்டியனும் இருக்கக் கூடும்) இவரது கதைகளைப் படிக்கையில் அது எவ்விதம் தொடர்ச்சியாக முன்வைக்கப் படுகையில் ஒரு தரிசனமாக மாறுகிறது என்பதைக் காணலாம். எவ்விதம் இருப்பற்றது தனது தொடர்ச்சியால் ஒரு இருப்பாக மாறுகிறதோ அதைப் போல. இதற்கு சிறந்த உதாரணமாக அவரது மர நிறப் பட்டாம்பூச்சிகள் கதையைக் கூறுவேன்.

பட்டாம்பூச்சிகள் பொதுவாக வண்ணம் மிகுந்தவை. கவனத்தை ஈர்க்கவே தங்கள் பொலியும் நிறங்களை அணிந்தவை. அவற்றின் வண்ணம் ஒரு விளம்பரம். ஆனால் மர நிறப் பட்டம்ப்பூச்சிகளின் பயன்மதிப்பு இங்கே என்ன? அவை வழக்கத்துக்கு மாறாக தங்கள் இருப்பை மறைக்கப் பார்க்கின்றன. இந்தக் கதைகளில் வரும் எல்லோருக்கும் அவர்களது இருப்பு ஒரு பிரச்சினையாக இருக்கிறது. தங்களது உடலின் வாழ்வின் இச்சைகளின் வெறுப்பின் இருப்பு. தான் போக வேண்டிய இடத்தை மறந்துவிட்ட கிழவர். ஒரு நட்சத்திர ஓட்டலுக்குள் தனது அசவுகரியத்தை ஒரு உரிந்துவிட்ட புண்போல உணர்ந்துகொண்டே இருக்கும் ஒரு மத்திய வர்க்க மனிதன். மிகச் சரியான நேரத்தில் தனது உடல் தன்னைக் கை விடுவதைக் காணும் வாலிபன். எதிர்பாராத ஒரு தருணத்தில் அல்லது அது எதிர்பார்க்கப்பட்டதுதான் என்பதாக

ரயிலின் முன்னால் தாவும் குழந்தை.

காமமும் மரணமும் ஏறக்குறைய ஒரே முகம் கொண்டதாய் இருக்கிறது இவரது எழுத்துக்களில். உடல் முழுக்க உடலாகவே இருக்கிறது. உடலைத் தாண்டி ஒன்றும் இல்லாத வெறுமையை இவர் பாத்திரங்கள் தொடர்ச்சியாகக் கண்டுபிடித்துக்கொண்டே இருக்கிறார்கள். மகளைத் தேடி கன்னியாகுமரி வரும் நபர் அவளைப் போலவே அவள் வயதில் அவளை நினைவூட்டும் ஒரு பெண்ணை சந்திக்கிறார். அவளுடன் உறவு கொள்கிறார். அவளுக்கு தனது தொலைபேசி எண்ணை மாற்றிச் சொல்கிறார். இறுதியில் மனம் கசந்து செருப்புகளை கரையிடம் விட்டுவிட்டு கடலுக்குள் சென்று மறைகிறார். தொலைவில் ஒளிர்கிறது விவேகானந்தர் தவம் செய்த பாறை.

ஒருவன் எப்போதும் தனது வகுப்பின் பிரதிநிதியாகவே இருக்கிறான் என்பார் கார்ல் மார்க்ஸ். விதிவிலக்கு இல்லாமல் கார்த்திகைப்பாண்டியனின் அத்துணை பிரதான கதை மாந்தர் களும் நடுத்தர வர்க்கத்தைச் சார்ந்தவர்கள். அவர்கள் தங்களது வர்க்க சன்னலுக்குள் இருந்து எட்டிப் பார்க்கிற அதிர்ச்சியே கதைகளாய் இங்கு விரிகின்றன. அவன் ஐந்து நட்சத்திர விடுதிக்குள் நுழையும்போதும் ஒரு பெண்ணுக்குள் நுழையும்போதும் கூட அவனது வர்க்கம் அவனுடன் இருக்கிறது. அதுதான் அவனை இதுமாதிரிப் பெண்கள் எல்லாம் நமக்கு எப்போது புணரக் கிடைப்பார்கள் என்று ஏங்க வைக்கிறது. நிழலாட்டம் கதையில் வருவது போல சிறு பெண் என்று தெரிந்து அதிர்ந்த பின்பும் பேருந்தில் அவள் உடலை உரசத் தூண்டுகிறது.

இது வெறும் உடல் மாத்திரமே தான் என்று அறிந்துகொள்கிற ஒரு மனிதனின் நிர்வாணத் தருணம். எந்தத் தத்துவத்தாலும் தனது தடித்துப் பெருத்த உடலையும் வீங்கித் தொங்கும் மார்புகளையும் மறக்க முடியாத மனிதனின் தன் உடல் மீதான வெறுப்பு பெண் மீதான வெறுப்பாகவும் அதே சமயம் அவள் உடல் மீதான வெறுப்பாகவும் மாறுவதைக் கட்டுப் படுத்த முடியாத ஒரு ஆணின் உடைப்புக் கணம். இந்த நிர்வாணம் தாய்மை என்பதை ஏறக்குறைய ஒரு தீவிரமான நோய் போல உணர்கிற ஒரு பெண்ணின் நிர்வாணத்தைச் (ஆம் அவளுக்கும் அவள் மார்புகள் தானே பிரச்சினை) சந்திக்கையில் ரத்தம் பாலாய்ப் பீச்சியடிக்கிறது. தமிழ்ச் சூழலில் பொதுவாக இருக்கும் காம வறுமை ஒரு கட்டத்தில் பெண் வெறுப்பாய் மாறுவதை அவள் மீதான வன் முறையாய்த் திரள்வதை இவ்வளவு நேரிடையாக சமீபத்தில் யாரும் இதைப் பேசிடவில்லை என்றே

கார்த்திகைப் பாண்டியன் 141

நினைக்கிறேன்.

இன்னொரு கவனிக்கத்தக்க விஷயம் கார்த்திகைப்பாண்டியனின் மிகக் கட்டுப்படுத்தப்பட்ட மொழி நடை. மிகுந்த நாடக வாய்ப்புகள் உள்ள தருணங்களை கூட ஒரு பொறியாளருக்கே உரிய கூர்மையுடன் விவரித்துச் செல்கிற பாங்கு. நம் மென் உணர்வுகளை வருடிக் கொடுக்க வளையாத முரட்டுத்தனம். சுந்த ராமசாமியின் நடை ஓரளவு இவ்விதம்தான். ஆனால் அவர் மிகுந்த உணர்ச்சிகரமான சம்பவங்களை விவரிப்பதையே பெரும்பாலும் தவிர்த்துவிடுவார். கார்த்திகைப்பாண்டியனிடம் ஒரு கோரமான விபத்தை கூட்டத்தைத் தள்ளிக்கொண்டு மிக அருகில் பார்க்கும் ஒரு பதின்பருவப் பையனின் மனப்பாங்கு இருக்கிறது என்றொரு முறை என் தோழி ஒருவர் சொன்னார். அதை எந்த மசாலாவும் சேர்க்காமல் அப்படியே விவரிக்கும் ஒருவித COLDNESS கூட இருக்கிறது என்றேன் நான்.

இங்கே எப்போதும் கோஷங்களுக்கு மதிப்பு உண்டு. இலக்கியத்திலும் அரசியல் சரிநிலைகள் உண்டு. அதைத் தாண்டி எழுதுவதும் எழுத்தாளன் தன்னைத் தனிமைப்படுத்திக்கொள்வதும் மனம் சிதைந்தவன் என்றோ கோணலுடையவன் என்றோ பிறர் வசைபாட வழி வகுப்பது. மார்க்கஸ் டி சாத் பற்றி இங்கே ரகசியமாய் ஒரு பிரமிப்பு உண்டு. ஆனால் அதையும் நீங்கள் மார்க்கஸ் டி சாத் உண்மையில் மிகுந்த கருணை உடையவர் என்றெல்லாம் கதைத்து அறம்செல்லும் காசாய் மாற்றியே வெளிப்படுத்த முடியும். இதே கதைதான் அவன் வழி ஒற்றி வந்தவர்களுக்கும். A CLOCK WORK ORANGE போன்ற புத்தகங்களும் திரைப்படங்களும் காட்டுகிற சூழல் இன்றைய கால கட்டத்தில் நமக்கு முற்றிலும் வேறுபட்டதல்ல. இன்று செய்தித்தாள்களிலும் வாட்சப்பிலும் நம்மை வந்தடைகின்ற பிம்பங்கள் எங்கிருந்து கிளம்புகின்றனவோ அந்த உலகத்தை எட்டிப் பார்க்க அஞ்சாத புனைவுக்கண் கார்த்திகைப்பாண்டியனிடம் இருக்கிறது. இதுவே அவரது பலம். பலவீனமும் கூட. ஏனெனில் சில நேரங்களில் அவர் அதீதமாய் தன்னை இருளின் முன்பு வேண்டுமென்றே நிறுத்திப் பார்த்துக் கொள்கிறாரோ என்று நமக்குத் தோன்றுகிறது வெந்நீரில் வேகவைக்கப்பட்ட பச்சிளங் குழந்தைகள் போன்ற படிமங்கள் நம்மை அதிர்வுற வைக்கின்றன. ஆனால் இந்தப் படிமங்கள் நமக்குத்தருகின்ற அதிர்ச்சி அவை நம் மனதிலும் ஆழ ஒளிந்துகிடந்த படிமங்கள்தான் என்று கண்டுகொண்டதில்தான்.

கார்த்திகைப்பாண்டியன் எஸ்.ராமகிருஷ்ணனின் பாதையில் எழுத வந்தவர். அவரது பாதிப்பு சிலுவைகளின் கதையில்

இருக்கிறது. எஸ்ரா இன்னுமொரு இடத்திலும் வருகிறார். மும் மூர்த்திகளில் ஒருவராக இதில் எஸ்ரா ஜெயமோகன் சாரு போன்ற வர்கள் இறுதியில் அடைந்த இடம் பற்றிய தனது அசூயையை வெளிப்படுத்தி இருக்கிறார் ஒருவகையில் தான் போக விரும்பும் இடம் பற்றிய சூசகமும் அது. அதை அவரால் அடைய முடியும் என்பதற்கான சங்கேதங்கள் இந்தச் சிறுகதைத் தொகுப்பில் நிச்சயமாக உள்ளன.

போகன் சங்கர்
நாகர்கோவில்

கார்த்திகைப் பாண்டியன்

1981ஆம் வருடம் மதுரையில் பிறந்தவர். பொறியியல் முதுநிலை பட்டதாரி. தற்போது தனியார் பொறியியல் கல்லூரியொன்றில் உதவி பேராசிரியராகப் பணி. எஸ். ராமகிருஷ்ணனை தனது ஆதர்ஷமாகக் கொண்டவர். சிறுகதைகள் எழுதவதோடு மொழி பெயர்ப்பிலும் தீவிர ஆர்வம் செலுத்தி வருகிறார். நல்லதொரு இலக்கிய வாசகனாக அடையாளம் காணப்படுவதே தனக்குத் திருப்தியளிப்பதாகச் சொல்கிறார்.

தொடர்புக்கு: 98421 71138